Belagavi Poetry
Festival 2025

Belagavi Poetry journal is a refined anthology of the finest multilingual poetry, curated by the editorial team from the **Belagavi Poetry Festival 2025.**

Belagavi Poetry Journal

Volume 1, 2025

An Annual Journal by Belagavi Book Club

ISBN : 978-81-961179-5-5
Volume 1, 2025 (Paperback / softback)

Typesetting and design by : Reacxn Digital, Hiriadka

Published & Printed by :
Rostrum Diaries – Unit of GubbiBoo Ventures Private Limited
Printed in India.

Disclaimer

All poems published in the Belagavi Poetry Journal – Collection of Best Poetries from the Belagavi Poetry Festival 2025 have been submitted directly by the respective participants. The Festival Organizing Team and the Belagavi Poetry Book Club are not responsible for any copyright violations, plagiarism, or intellectual property disputes arising from the published content.

Written consent has been obtained from all participants prior to publication. In the event of any discrepancy, conflict, or copyright-related issue, the respective participant/author will be held solely responsible.

This journal has been published in good faith with the intention of promoting poetry and providing a platform for writers. No fee was collected from participants for participating in the festival. Participation was completely free, and those who wished to have their poetry published (which was not mandatory) have given their consent and purchased the e-book at their own will and cost.

Preface

Poetry is not merely a form of expression — it is the heartbeat of emotion, experience, and imagination. The *Belagavi Poetry Journal* was envisioned as a space where voices from across regions, languages, and generations could unite through verse.

This annual anthology celebrates poets who find beauty in everyday moments and courage in their vulnerability. Each poem within these pages is a reflection of thought, culture, and creativity that defines Belagavi's growing literary spirit.

As we continue this journey, our purpose remains simple yet profound — to create a lasting home for poetry, nurture emerging voices, and contribute to the literary identity of our region. We thank every poet who trusted us with their words and every reader who keeps poetry alive through appreciation and dialogue.

Belagavi Poetry Journal emerges from a simple conviction: that poetry — honest, daring, and heart-forward — transforms communities. This anthology gathers the finest voices heard at the Belagavi Poetry Festival and beyond, threading together work by seasoned poets and fresh, emerging talents. In these pages you will find poems that reflect place and passage, memory and longing, everyday wonder and urgent questioning. Each piece has been chosen for its craft, its resonance, and its capacity to open conversation. More than a record of an event, this Journal is a living archive of Belagavi's evolving literary spirit — an invitation to readers and writers to witness, celebrate, and carry forward the region's rich creative energy.

— Editorial Team
Belagavi Book Club

Belagavi Book Club & The Belagavi Poetry Journal

Belagavi Book Club is a literary collective dedicated to cultivating a culture of reading, writing, and artistic dialogue in North Karnataka. Through book readings, open mics, workshops, and festivals, the Club has become a platform for writers, poets, and readers to connect meaningfully.

The Belagavi Poetry Journal is the club's flagship annual publication — a curated anthology that brings together the finest poetic voices from across India and beyond. The idea behind the journal is rooted in inclusivity and artistic authenticity, offering emerging poets a chance to be published alongside established names.

Each edition of the journal serves as both a creative archive and a cultural bridge, representing the evolving language of poetry and the spirit of Belagavi as a literary hub.

— Editorial Team
Belagavi Book Club

Partners & Collaborators

We gratefully acknowledge the support and collaboration of our institutional partners, whose encouragement and involvement help us nurture young literary talent.

Academic & Cultural Partners:

- GIT (KLS Gogte Institute of Technology), Belagavi
- KLE Society's Institutions

Their partnership strengthens our mission to celebrate poetry, empower creative youth, and promote Belagavi as a thriving center for art and literature.

Poetry Catalogue

Section - Kannada

Poetry Catalogue

Section - Kannada

Poetry Catalogue

Section - Kannada

Poetry Catalogue

Section - Kannada

Poetry Catalogue

Section - Kannada

Poetry Catalogue

Section - Hindi

Poetry Catalogue

Section - Hindi

Section - Marathi

Poetry Catalogue

Section - Marathi

Section - English

Poetry Catalogue

Section - English

Poetry Catalogue

Section - English

Kannada Poetry Collection

ನಿರ್ವಹಕರ ನುಡಿ

ಬೆಳಗಾವಿ ಪೋಯೆಟ್ರಿ ಫೆಸ್ಟಿವಲ್ಲಿಗೆ ಬಂದ ಕವಿತೆಗಳು ಸುಮಾರು 356. ಮರಾಠಿ ಪ್ರಾಬಲ್ಯದ ನಡುವೆ ಬೆಳಗಾವಿಯಲ್ಲಿ ಇಷ್ಟು ದೊಡ್ಡ ಪ್ರಮಾಣದಲ್ಲಿ ಕನ್ನಡ ಕಾವ್ಯ ಪ್ರೇಮ ಮನೆ ಮಾಡಿರುವುದು ಆಶಾದಾಯಕ ಸಂಗತಿ. ಬಂದ ಕವಿತೆಗಳ ವಸ್ತು ಕೂಡ ವೈವಿಧ್ಯಮಯವಾಗಿದ್ದವು ನಿಜ. ಆದರೆ ಗಟ್ಟಿ ಕವಿತೆಗಳ ಸಂಖ್ಯೆ ಕಡಿಮೆ. ಅಪ್ಪ ಅಮ್ಮ, ಸೈನಿಕ, ದೇಶ- ಭಾಷಾ ಪ್ರೇಮ, ಪ್ರೀತಿ, ಪ್ರೇಮ, ಹುಡುಕಾಟ, ತಿರಸ್ಕಾರಗಳು ಬಹುವಾಗಿ ಕವಿಗಳನ್ನು ಕಾಡಿದ ವಸ್ತುಗಳು.

ಕಾವ್ಯ ಕಟ್ಟುವಿಕೆಯಲ್ಲಿ ಪಳಗಿದ ಕವಿಯಾದ ಸುಕನ್ಯಾ ಕಳಸ ಧನಾತ್ಮಕ ಚಿಂತನೆಯ ಸೊಗಸಾದ ಕವಿತೆಯನ್ನು ಕೊಟ್ಟಿದ್ದಾರೆ. ಇವುಗಳ ಪೈಕಿ 'ಹಿಡಿದುಕೋ ಪುಟ್ಟ ಕಂದನ ಚಿಗುರು ಬೆರಳುಗಳ ಎಂಬ ಸುಕನ್ಯಾ ಕಳಸ ಅವರ ಕವಿತೆ ಗಮನ ಸೆಳೆಯುವ ಹಾಗಿದೆ. ಪುಟ್ಟ ಮಗುವಿನ ಬೆರಳು ಹಿಡಿದುಕೊಳ್ಳುವಾಗ ಮನುಜ ಹೃದಯ ಹೇಗಿರಬೇಕು ಎಂದು ಚೆಂದವಾಗಿ ದಾಟಿಸಿದ್ದಾರೆ. ಭವಿಷ್ಯದಲ್ಲಿ ಬದಲಾವಣೆಯ ಗಾಳಿ ಬೀಸಲಿ ಎನ್ನುವುದು ಅವರ ಆಶಾ ಭಾವ ಮತ್ತು ಅದೇ ಈ ಕವಿತೆಯ ಶಕ್ತಿ.

"ತುಂಬಾ ಉದಾರಿ ನಾನು" ಚಂದ್ರಕಾಂತ ಬಿ ಚೌಹಾಣ್ ಅವರ ಅರ್ಥಪೂರ್ಣ ಕವಿತೆ. "ಒಳನುಸುಳಿ ನನ್ನತನವ ಕೊಳ್ಳೆ ಹೊಡೆದವರ ನಿಜ ಬಣ್ಣ ಬಯಲು ಮಾಡಲು ಕಾದಿದ್ದೇನೆ" ಅನ್ನುತ್ತ ಕವಿ ಹೊಸ ವಸ್ತುವೊಂದನ್ನು ಪರಿಚಯಿಸಿದ್ದಾರೆ.

ನಿದ್ದೆ ಬಾರದ ರಾತ್ರಿ
ಸಂಜು ಬೋಜಿ ಅವರ ಚಿಂತನೆಗೆ ಹಚ್ಚುವ ಕವಿತೆ. ಈ ಕವಿತೆಯ ವಿನ್ಯಾಸ ಮನ ಸೆಳೆಯುತ್ತದೆ.

ಕ್ಷಮಿಸು ಜೀವನವೇ ಎಂಬ ಕವನದಲ್ಲಿ
ಶರಣಬಸಪ್ಪ ಸಿ ಬಿ ಕವಿಗೆ ತಪ್ಪಿನ ಅರಿವಾದದ್ದನ್ನು ಹೇಳಿದ್ದಾರೆ.

ನದೀಮ್ ಸನದಿ
ಕಾಡ್ಗಿಚ್ಚು ಮರ ಗಿಡ ಪ್ರಾಣಿಗಳನ್ನು ದಹಿಸಿ ಊರಿಗೆ ಬಂದ ಕಾಡ್ಗಿಚ್ಚು ಜನರ ಮನೆ ಮನದಲ್ಲಿ ಉರಿವ ಕಿಚ್ಚನ್ನು ನೋಡಿ ತಾನೇ ತಣ್ಣಗಾಗಿದೆ ಎಂಬಲ್ಲಿ ಕವಿತೆ ಧ್ವನಿಪೂರ್ಣವಾಗುತ್ತದೆ.

ನನ್ನೊಳಗಿನ ಅವನು ಭ್ರಮೆ ಮತ್ತು ಅದರ ಪರದೆಯ ಹರಿಯುವಿಕೆಯನ್ನು ಹೇಳುವ ಕವಿತೆ.
ಗಿರೀಶ್ ಮಾಯಾಚಾರಿ ಇದನ್ನು ಮನಮುಟ್ಟುವ ಹಾಗೆ ಹೇಳಿದ್ದಾರೆ.

ಸ್ವಾರ್ಥ ಸಂಗಾತಿ
ಅಕ್ಷತಾ ಸಿ ಹಿರೇಮಠ ಅವರ ಸರಳ ಕವಿತೆ. ಪ್ರೀತಿಯ ಗಾಢತೆಯನ್ನು ಹೇಳುವ ಕವಿತೆಯಿದು.

ಚಿನ್ನಿರಿ ಅಶೋಕ್ ಪೂಜಾರ್ ಅವರ "ಮಂದಾರ" ಒಂದು ಸೊಗಸಾದ ನಿಸರ್ಗ ವರ್ಣನಾಪ್ರಧಾನ ಕವಿತೆ.

ಯಾರವಳು, ಪ್ರೀತಿ ಹೇಗಿರಬೇಕೆಂದರೆ, ಕುರುಡು ಕಂಗಳು,
ಅವಳು ಮತ್ತು ನಿಸರ್ಗ ಇನ್ನು ಕೆಲವು ಒಳ್ಳೆಯ ಕವಿತೆಗಳು.

ಶೋಷಣೆ, ಬವಣೆಯನ್ನು
"ಲಕ್ಷ್ಮೀಶ ಮೊಗನೂರ ಅವರ "ಕೂಗು" ಕವಿತೆಯಲ್ಲಿ ಒತ್ತಿ ಹೇಳಿದ್ದಾರೆ.

ವಿಜಯ ಪೂಜಾರ ಅವರ
ಭೀಮಗಡ ಕೂಡ ಕೋಟೆಯ ಒಳ್ಳೆಯ ಚಿತ್ರವನ್ನು ಕಟ್ಟಿಕೊಡುತ್ತದೆ.

ಅಶ್ವತ್ಥಾಮ ಮಹಾವೀರನ ಬದುಕು ಶೌರ್ಯದ ವ್ಯಕ್ತಿ ಚಿತ್ರದ ಕವಿತೆ.
ಶ್ರೇಯಾ ವಿ ಉಪಾಧ್ಯಾಯ ಇದನ್ನು ಚೆನ್ನಾಗಿ ಕಟ್ಟಿದ್ದಾರೆ.

ನಲ್ಮೆಯ ನಿಲ್ಮನೆ ಮಹಾಂತೇಶ್ ಬಿ ಕುಂಬಾರ್ ಅವರ ರಮ್ಯ ಭಾವವನ್ನುಕ್ಕಿಸುವ ಕವಿತೆ.

ಗಂಗಾದೇವಿ ಚಕ್ರಸಾಲಿಯವರ
"ವರ್ಷಧಾರೆ" ನಿಸರ್ಗದ ವಿವರಣೆಗೆ ಮೀಸಲಾದ ಕವಿತೆ.

"ಬಿಸಿಲುಗುದುರೆ"ಯಲ್ಲಿ
ರೇವಯ್ಯ ಶಿವಲಿಂಗಯ್ಯ ಮಠದ ಅವರು ಎಂದೂ ಸಿಗದವುಗಳ ಬಗ್ಗೆ ಇರುವ ನಿರಂತರ ತುಡಿತವನ್ನು ಹೇಳಿದ್ದಾರೆ.

ಕತ್ತಲು ಎನ್ನುವ ಕವಿತೆಯಲ್ಲಿ ಸ್ತ್ರೀಯರ ಮೇಲಿನ ದೌರ್ಜನ್ಯವನ್ನು ಗಟ್ಟಿಯಾಗಿ ಹೇಳಿದ ವನಜಾಕ್ಷಿ ಪಿ ಚೆಮ್ಮಕಣ್ಣ ಅವರ ಪ್ರಶ್ನೆ ನೆನಪಿನಲ್ಲಿರುತ್ತದೆ.

ಎಲ್ಲ ದೃಷ್ಟಿಯಿಂದಲೂ ಅತ್ಯುತ್ತಮ ಅನ್ನಿಸುವ ಕವಿತೆಗಳು ಸಿಗದೇ ಹೋದರೂ ಬಂದ ಕವಿತೆಗಳಲ್ಲಿ ಬೆಳಗಾವಿಯ ಕ ಕನ್ನಡ ಪ್ರೇಮ ಬೆಳಗಿ ಸಂತೋಷ ಹೆಚ್ಚಿಸಿದೆ.

ತೀರ್ಪುಗಾರರು -
ಕವಿತಾ ಹೆಗಡೆ ಅಭಯಂ

ಹಿಡಿದುಕೋ ಪುಟ್ಟ ಕಂದನ ಚಿಗುರು ಬೆರಳುಗಳ

ರಚನೆ: ಸುಕನ್ಯಾ ಕಲಶ

❖❖❖

ಹಿಡಿದುಕೋ ಪುಟ್ಟ ಕಂದನ ಚಿಗುರು ಬೆರಳುಗಳ
ನಿನ್ನೆದೆಯಲ್ಲಿ ತುಸುವಾದರೂ ಮಾರ್ದವತೆ ಉಳಿದಿದ್ದಲ್ಲಿ
ಇಳಿವುದಲ್ಲಿ ಕನಸುಗಳಮುತ್ತುಮಳೆ !

ಹಿಡಿದುಕೋ ಪುಟ್ಟ ಕಂದನ ಕಿರುಬೆರಳುಗಳ
ನಿನ್ನೆದೆಯಲ್ಲಿ ತುಸುವಾದರೂ ಬಿಸುಪು ಇದ್ದಲ್ಲಿ ಪ್ರವಹಿಸುವುದಲ್ಲಿ
ಮೌನ ಮಾತಾಗುವ ಸಹಜರಾಗ ರಂಗಿನುಲಿ!

ಹಿಡಿದುಕೋ ಪುಟ್ಟ ಕಂದನ ಕಿರುಬೆರಳುಗಳ
ನಿನ್ನೆದೆಯಲ್ಲಿ ತುಸುವಾದರೂ ಮಾನವತೆ ಇದ್ದಲ್ಲಿ
ಮೂಡುವುದಲ್ಲಿ ನೋವುಂಡ ಜೀವಗಳ ಬಾಳು
ಬೆಳಗುವ ಭರವಸೆಯ ಕಿರುಬೆಳಕ ಸೆಳಕು!

ಹಿಡಿದುಕೋ ಪುಟ್ಟ ಕಂದನ ಕಿರುಬೆರಳುಗಳ
ನಿನ್ನೆದೆಯಲ್ಲಿ ತುಸುವಾದರೂ ಆರ್ದ್ರತೆ ಇದ್ದಲ್ಲಿ
ಒಸರುವುದು ಜೀವಸೆಲೆ ನಂದಿಸುತ ದ್ವೇಷದುರಿ!!

ತುಂಬಾ ಉದಾರಿ ನಾನು

ರಚನೆ: ಚಂದ್ರಕಾಂತ್ ಜಿ ಚಾವ್ಹಾಣ್

❖❖❖

ಬದುಕಿದ್ದೇನೆ ಇನ್ನು ನಾನು
ಕೊಲ್ಲಲು ಬಂದು ಹೆಣವಾದವರ
ದೇಹ ದಫನ್ ಮಾಡಲು!

ಪ್ರೀತಿ ಉಳಿಸಿಕೊಂಡಿದ್ದೇನೆ ನಾನು
ಪ್ರೀತಿ ಕಿತ್ತುಕೊಳ್ಳಲು ಬಂದು ಅನಾಥರಾದವರಿಗೆ
ಪ್ರೀತಿಯಿಂದ ಪೊರೆಯಲು!

ಕಣ್ಣು ತೆರೆದಿದ್ದೇನೆ ಇನ್ನು ನಾನು
ಸತ್ಯಕ್ಕೆ ಮಣ್ಣೆರಚಿ ಕಣ್ಣು ಕಳೆದುಕೊಂಡವರ
ಕಣ್ಣ ದೃಷ್ಟಿ ಆಗಲು!

ದೀಪದ ಬೆಳಕಲ್ಲಿದ್ದೇನೆ ಇನ್ನು ನಾನು
ಸತ್ಯ ನ್ಯಾಯವನ್ನು ಕೊಂದು ಬೆತ್ತಲಾದವರಿಗೆ
ಮರ್ಯಾದೆಯ ಕತ್ತಲಾವರಿಸಲು!

ಇನ್ನೂ ಹೋರಾಡುತ್ತಲೇ ಇದ್ದೇನೆ ನಾನು
ಒಳ ನುಸುಳಿ ನನ್ನತನವ ಕೊಳ್ಳೆ ಹೊಡೆದವರ
ನಿಜ ಬಣ್ಣ ಬಯಲು ಮಾಡಲು!

ನಿದ್ದೆ ಬಾರದ ರಾತ್ರಿ

ರಚನೆ: ಸಂಜು ಬೋಜಿ

❖ ❖ ❖

ನಿಶ್ಶಬ್ದ ಕತ್ತಲಲ್ಲಿ
ಗಡಿಯಾರದ ಟಿಕ್ ಟಿಕ್‌ಗೆ ಜೊತೆಗೂಡಿ
ಮನದ ಹಕ್ಕಿ ಹಾರಾಟ ಶುರುಮಾಡಿದೆ.

ಕಿಟಕಿಯ ಹೊರಗೆ
ಚಂದ್ರನ ಮಬ್ಬಿನ ನಗು,
ಆದರೆ ಕಣ್ಣು ಮುಚ್ಚದ ಹೃದಯ
ಹಳೆಯ ನೆನಪುಗಳ ಪುಟ ತಿರುಗಿಸುತ್ತಲೇ ಇದೆ.

ಗಾಳಿ ತಂದುಕೊಡುವ
ಮುಗಿಲಿನ ಗುಸುಗುಸು
ಜೀವನದ ಪ್ರಶ್ನೆಗಳಿಗೆ
ಉತ್ತರ ಹುಡುಕಿದಂತೆ ಕೇಳಿಸುತ್ತದೆ.

ನಿದ್ದೆಯ ಹಾದಿ ತಪ್ಪಿ
ಚಿಂತೆಯ ದಾರಿಯಲ್ಲಿ ತಿರುಗಾಡುತ್ತಾ,
ಆತ್ಮವು ಬರೆಯುತ್ತಿದೆ
ಒಂದು ಮೌನ ಕವಿತೆ.

ಬೆಳಗಿನ ಕಿರಣ ಬರುವವರೆಗೂ
ನಿದ್ದೆ ಬಾರದ ಈ ರಾತ್ರಿ
ಮನದಾಳದ ಮಾತುಗಳ ಸಂಗಾತಿಯಾಗಿದೆ.

ಕ್ಷಮಿಸು ಜೀವನವೇ

ರಚನೆ: ಶರಣಬಸಪ್ಪ ಸಿ ಬಿಲೆಯೇಲಿ

❖❖❖

ನಿನ್ನ ಪ್ರತಿಕ್ಷಣದ ತಿರುವಿನಲಿ,
ಕ್ಷಣ ಕ್ಷಣದ ಆತಂಕದ ಸುಳಿಯಲಿ
ಅನುಕ್ಷಣದ ನಿರಾಶೆ ಭರವಸೆಗಳಲ್ಲಿಯೇ
ಎತ್ತಲೋ ತಿರುಗಿಸಿ, ಆಡಿಸಿ, ಓಡಿಸಿ, ದಣಿಸಿ ,
ದಾರಿ ಕಾಣದಾಗಿಸಿದೆ

ನಿನ್ನ ಆಳ ಅರಿಯದೆ,ಅಗಲ ತಿಳಿಯದೆ,
ನಿನ್ನ ಎತ್ತರವನ್ನರಿಯದೆ,ನಿಜರೂಪವ ಕಾಣದೆ
ಅತ್ತಿಂದತ್ತ ಇತ್ತಿಂದತ್ತ ದಾರಿ ತೋರಿಹರೆಂದು
ಅವರಿವರ ಕೈ ಹಿಡಿದೆ ಅವರೊಂದಿಗೆ ನಡೆದೆ,

ಕ್ಷಮಿಸು ಜೀವನವೇ ,
ನಿನ್ನ ಆರಾಧಿಸುವೆ,ಇನ್ನಾದರೂ ಬದುಕಿನ ಪ್ರತಿಕ್ಷಣ
ನಿನ್ನ ಸೌಂದರ್ಯ ಸೊಬಗ ಸವಿಯವೆ ಅನುಕ್ಷಣ
ನನ್ನ ಅರಿವಿನೊಂದಿಗೆ ನಿನ್ನ ಅರಿತ ಕ್ಷಣವೇ
ನೀ ಬೆಳಕಾಗುವೆ ಆ ಬೆಳಕಲಿ ಕ್ಷಣ ಕ್ಷಣವೂ
ನನ್ನಷ್ಟಕ್ಕೆ ನಾನೇ ನಡೆಯುವೆ

ಕಾಡ್ಗಿಚ್ಚು

ರಚನೆ: ನದೀಮ್ ಸನದಿ

❖❖❖

ಕಾಡಿಗೆ ಬೆಂಕಿ ಬಿದ್ದಿದೆ
ಕಾಡುಪ್ರಾಣಿಗಳು ಹೈರಾಣಾಗಿವೆ

ಅಲ್ಲಿಂದಿಲ್ಲಿಗೆ ಇಲ್ಲಿಂದಲ್ಲಿಗೆ
ಓಡಾಡಿ-ಕಿರುಚಾಡಿ
ಬಚಾವಾಗಲು ಯತ್ನಿಸಿವೆ

ಜಿಂಕೆ, ಮೊಲ, ಆಮೆ, ಆನೆ
ಹುಲಿ, ಸಿಂಹ, ಸರ್ಪ, ಚಿರತೆ ಎಲ್ಲ
ದಿಕ್ಕು ದಾರಿ ತೋಚದೆ
ಸುಟ್ಟು ಶವವಾಗಿವೆ

ಕಾಡ್ಗಿಚ್ಚು ಹಬ್ಬುತ್ತ ಹಬ್ಬುತ್ತ
ಜೀವಗಳ ಸುಡುತ್ತ
ಕೊನೆಗೆ ಊರು ತಲುಪಿದೆ

ಜನರ ಮನಗಳಲ್ಲಿ ಮನೆಗಳಲ್ಲಿ
ಉರಿಯುತ್ತಿರುವ ಕ್ರೋಧಾಗ್ನಿಯ
ಕಂಡು ತಣ್ಣಗಾಗಿದೆ.

ನಿನ್ನೊಲುಮೆಯೊಂದೇ ಅಚಲ

ರಚನೆ: ಮಿಟ್ಟೆಸಾ ನಬಿಸಾ ಮುಲ್ಲಾ

❖❖❖

ಸತ್ಯಸಂಧನಾಗಿ ನೀ ನಡೆ
ನಿನ್ನ ದುರುಪಯೋಗಪಡಿಸಿಕೊಳ್ಳೋದನ್ನ ತಡೆ
ನೈತಿಕವಾಗಿ ನೀ ಬಲಿಷ್ಟನಾಗಿದ್ದೆಡೆ
ಕಪಟಿಗಳ ಮುಖವಾಡವ ತೊಡೆ

ದೌರ್ಬಲ್ಯಗಳಿಂದ ಅಭಯ ಯಾಚಿಸು ದೇವನೆಡೆ
ಸುಳಿಯದೆ ಗತ ತಪ್ಪುಗಳೆಡೆ
ಮನಸೆಳೆವ ಚಿತ್ತವಿಕಾರಗಳಿಗೆ ಕಟ್ಟು ತಡೆಗೋಡೆ
ಸಭ್ಯ, ಸಮತೋಲಿತ ಜೀವನದಲ್ಲಿ ಸಂತೃಪ್ತಿ ಪಡೆ

ಸ್ವ ರಕ್ಷಣೆಯ ಕಲೆಯನರಿತು ಮುನ್ನಡೆ
ಇದ್ದುದ ನುಡಿದು ಧೈರ್ಯದಿ ತೊಲಗಿಸು ಪೀಡೆ
ವೇಗದ ಜಗದಿ ಸಭ್ಯ ಜೀವನ ಮುಳ್ಳಿಹಾಸಿನ ನಡೆ
ಅಂಧನಾಗಿ ನಂಬಿದರ ಬೀಳೋದು ಪೆಟ್ಟು ಎಲ್ಲೆಡೆ
ಹಾಗಂತ ಅಪನಂಬಿಕೆಯ ಭಾರ ಹೊರೆನು; ನಿರ್ಭೀಡೆ!
ಓ ಚಿರಂತನನೇ!ನಿನ್ನೊಮೆಯೊಂದೇ ಅಚಲ ಜಗದೆಲ್ಲೆಡೆ

ನನಗೆ ಸಿಕ್ಕ ಲಾಟರಿ

ರಚನೆ: ರಮೇಶ ಚೌಗಲಾ

❖❖❖

ನನ್ನವಳು ಕೃಷ್ಣಸುಂದರಿ, ಮಾತನಾಡೋ ಕಾದಂಬರಿ
ಜಗಳಕ್ಕೆ ನಿಂತರೆ ಟಪೋರಿ, ಮಾಡ್ತಾಳೆ ನಮ್ಮನೆ ಚಾಕರಿ

ಮನೆಯಲ್ಲಿ ಅವಳು ಹೇಳಿದ್ದೆ ಸರಿ
ನನಗೆ ಮತ್ತು ಮಕ್ಕಳ ಮಧ್ಯೆ ರಾಯಭಾರಿ
ಮಕ್ಕಳು ಹೋಗೋದಿಲ್ಲ ಅವಳ ಮಾತು ಮೀರಿ
ಕೆಲ್ಸ ಮಾಡ್ತಾಳೆ ತನ್ನ ಶಕ್ತಿ ಮೀರಿ

ಅವಳೊಡನೆ ಹೊರಟಾಗ ಸವಾರಿ,
ನನಗೆ ತುಂಬಾ ಗಾಬರಿ
ಎಲ್ಲಾಗುತ್ತೋ ನನ್ ಜೇಬಿಗೆ ಕತ್ತರಿ,
ಯಾಕಂದ್ರೆ ಅವಳ ಖರ್ಚು ತುಂಬಾ ದುಬಾರಿ

ಯಾವಾಗ್ಲೂ ನನ್ನ ಕರಿತಾಳೆ ರೀ
ನಮ್ಮಿಬ್ಬರದು ತುಂಬಾ ಅಪರೂಪದ ಮೈತ್ರಿ
ಈ ಕಾಲದಲ್ಲಿ ಇಂತ ಸಂಬಂಧ ದುಬಾರಿ
ಅದನ್ನು ಕಂಡು ತುಂಬಾ ಜನರಿಗೆ ಹೊಟ್ಟೆ ಉರಿ

ಅವಳು ನನಗೆ ಸಿಕ್ಕಿದ್ದು ನನ್ನ ಜಯಭೇರಿ,
ಅವಳಿಲ್ಲದೇ ನಾನೇನೂ ಇಲ್ರಿ

ನಲ್ಮೆಯ ನಿಲ್ಮನೆ

ರಚನೆ: ಮಹಾಂತೇಶ್ ಆರ್ ಕುಂಬಾರ್

❖❖❖

ಹೇಳುವೆ ಸಖಿಯೇ ನೀ ಕೇಳು ಸುಮ್ಮನೆ,
ಒಲ್ಮೆಗೆ ನಿನ್ನೆದೆಯೇ ನಲ್ಮೆಯ ನಿಲ್ಮನೆ

ಮೋಹವು ತಂಗಲು,ದಾಹವು ಇಂಗಲು
ನೀಡಬೇಕಿದೆ ಆಮಂತ್ರಣ
ಜೀವವೇ ಬಂದರು,ಭಾವವೇ ಲಂಗರು
ನಡೆಯಬೇಕಿದೆ ಆಲಿಂಗನ

ಅಲೆಯು ತಾಕಲು,ದಡವ ಸೋಕಲು
ಕ್ಷಣ ಕ್ಷಣ ದಿವ್ಯ ಸಂಗಮ
ಹನಿಯು ಜಾರಲು,ಚಿಪ್ಪಿಗೆ ಸೇರಲು
ಮುತ್ತಾಗುವ ಸಂಭ್ರಮ

ಏನೊಂದು ತೋಚದೇ,ಏನನೋ ಗೀಚಿಹೆ
ಒಂದು ಬಾರಿ ನೀ ಓದಿ ಬಿಡು
ಮನವನು ದೋಚುತ,ಮೆಲ್ಲಗೆ ನಾಚುತ
ಬರಿದೆದೆಗೆ ಬಂದಿಳಿದು ಬಿಡು

ಪ್ರೇಮದ ನಗು

ರಚನೆ: ಕಲ್ಪನಾ ಎಸ್ ಪಾಟೀಲ ಕಾವ್ಯಧರೆ

❖❖❖

ನಗುವೆಯಾ ನೀನು ನಗುವೆಯಾ
ನೀ ನಗುವಾಗ, ನೀನು ನಗುವಾಗ
ಅರಳುವದು ಹೂವಿನ ಲೋಕವೆಲ್ಲ,
ಕಣ್ಣಿನಲ್ಲಿ ಕಾಣುವದು ಕನಸುಗಳ ಬಣ್ಣವೆಲ್ಲ
ಹೃದಯದಲ್ಲಿ ಕೇಳುತ್ತಿದೆ ಬಿಸುಟ ತಾಳವೆಲ್ಲ

ನಕ್ಕಾಗ ಆಡಿದ ನಿನ್ನ ಪದಗಳಿಂದು
ಉಸಿರಾಡುವಂತೆ ಮಾಡಿದೆ ನನ್ನ ಮನವಿಂದು
ನಿನ್ನ ನಗೆಯ ಸ್ಪರ್ಶ ಮೂಡಿಸಿದೆ
ಜೀವದ ಧ್ವನಿಯೊಳು ಹೊಸ ಹರ್ಷ

ನೀನು ಅದೆಷ್ಟೆ ದೂರವಿದ್ದರೂ,
ನಿನ್ನ ನಗುವ ನೆನೆಯುವ ನನಗೆ
ಪ್ರತಿ ಕ್ಷಣವೂ ಪ್ರೀತಿಯ ಪರೀಕ್ಷೆಯೆ
ಮುಗಿಯದ ಕಥೆಯಿದು ನಿನ್ನೊಂದಿಗೆ
ನೀನೇ ಪ್ರೀತಿ, ನೀನೇ ಕವನ
ಈ ಪ್ರೀತಿ ಸಾಗುತ್ತಿದೆ ಸುಮ್ಮನಾಗಿ.

ಗುರು

ರಚನೆ: ಸನೀಫಮಾ

❖❖❖

ವಿಚಾರ ತಿಳಿದವನಲ್ಲ ಗುರು,
ಆಚಾರ ತಿಳಿದವ ಗುರು!

ಸತ್ಕಾರ ಬಯಸಿದವನಲ್ಲ ಗುರು,
ಸಂಸ್ಕಾರ ಕಲಿಸಿದವ ಗುರು!

ರೀತಿ ಹೇಳಿದವನಲ್ಲ ಗುರು,
ನೀತಿ ಬಿಡದವ ಗುರು!

ಪ್ರತಿಭಾವಂತನಲ್ಲ ಗುರು,
ಪ್ರಜ್ಞಾವಂತನಾದವ ಗುರು!

ನನ್ನಪ್ಪ

ರಚನೆ: ನಾಗವೇಣಿ ಕುಂಬಾರ್

❖❖❖

ಕಂಡಿಲ್ಲ ನಾನಿಲ್ಲಿ ದೇವರನು
ಭಾಸವಿದೆ ನಿಮ್ಮಂತೆ ಇರಬಹುದೇನು
ಬದುಕಲ್ಲಿ ಯಾತನೆ ಬಂದರು ನಿಮಗೆ
ಮುನ್ನುಗ್ಗಿ ಸಾಗಿದಿರಿ ವೃಷಭನ ಹಾಗೆ
ಧೈರ್ಯಕ್ಕೆ ನೀನೊಬ್ಬ ಗಜಕೇಸರಿ
ಅದರಂತೆ ನಡೆಯಲು ತಿಳಿಸಿದಿರಿ
ನೋವಿಲ್ಲದೆ ನಲಿವಿನಲಿ ಬೆಳೆಸಿದಿರಿ ನಮ್ಮೆಲ್ಲರನು
ದಿನಕೊಮ್ಮೆಯಾದರೂ ಮನದಲ್ಲಿ ಪೂಜಿಸುವೆನು
ನಾನರಿಯದ ಬೆಲೆಕಟ್ಟಲಾರದ ಅಪ್ರತಿಮ ಗುರು
ನಮಗೆಲ್ಲ ಶಿಕ್ಷಣದ ಅಡಿಪಾಯದ ಬೇರು
ಸಿಗದಿತ್ತೇನೋ ಈ ಮಾನ ಸಮ್ಮಾನ
ನೀವು ಬರದಿದ್ದರೆ ನನ್ನ ಬದುಕಲಿ ಪ್ರಧಾನ
ಇದಕಾಗಿ ನಾ ಕಾತೊರೆದು
ಕಿಂಚಿತ್ತು ಸಮಯ ಪಡೆದು
ತಲೆ ಬಾಗಿ ವಿನಮ್ರವಾಗಿ ಬರೆದಿರುವೆ ಪತ್ರವೊಂದು
ಧನ್ಯತಾ ಭಾವದಿ ಕವನ ನಿಮಗಿದು

ಭಟ್ಟಿನೀಯ ಭ್ರಾಂತಿ ಚಿತ್ತ

ರಚನೆ: ಚಿದಾನಂದ ಮ ಹೂಗಾರ

❖❖❖

ಭಟ್ಟಿನೀಯ ಭ್ರಾಂತಿ ಚಿತ್ತದೊಳು
ಹುಸಿ ನುಡಿಯ ಹದಿಬದೆಯೆಂಬ ಮೋಹನವದು
ಚಂದನದಿಂ ತಣಿಸುತ ಮನವನು
ಸಮ್ಮುಖದಿ ವಿಜೃಂಭಿಸುವ ವೈಖರಿ
ರೋಮ ರೋಮದೊಳು ಮುದನೀಡಿಪುದು
ಕಂಗೊಳಿಸುವ ಪರಿ ಅಚ್ಚರಿಯದು
ಖಾದ್ಯದೊಳ್ ಪರಿಮಳವ ಬೆರಸಿ
ಧೀಮಂತತನದಿಂ ಭಿಮ್ಮನೆ ಬಿಗಿದದು
ಸಹವಾಸದೊಳು ಮತ್ಸರವ ಬೆರಸಿ
ಸನ್ನಿಧಿಯೊಳು ಸದೆ ಬಡಿವ ತಂತ್ರವದು
ಅಡಿಗಡಿಗೆ ಭೀತಿಯ ಬೀಜವಂ ಬಿತ್ತಿ
ಭೂರಮೆಯೊಳು ಪ್ರವೀಣನೆಂಬ ಅಹಂದಿಂ
ಭವ್ಯ ಪಾಶದೊಳು ಸಿಲುಕಿಸುವೆಯಾ
ಎದೆಗುಂದುವ ಗಾವಿಲ ನಾನಲ್ಲ ತಿಳಿಯೇ
ಬಟ್ಟಿನೀಯ ಭ್ರಾಂತಿ ಚಿತ್ತವೆ.

ವರ್ಷಧಾರೆ

ರಚನೆ: ಗಂಗಾದೇವಿ ಚಕ್ರಸಾಲಿ

❖❖❖

ಘನಮೋಡ ಮುಗಿಲಗಲ
ದಿನಕರ ಮರೆಯಾದನು ಹಗಲ
ತಾರೆಗಳಾಚೆ ದೂಡಿ ಮಿಂಚು ನೀಡಿತು ಹೆಗಲ
ಜೊತೆಯಾಯಿತು ಆರ್ಭಟದಿ ಗುಡುಗಿನೊಡಲ
ಜೀವಿಗಳಿಗೆ ಗೂಡು ಸೇರುವ ತುಮುಲ

ಸುರಿಯಿತು ಸುರಿಯಿತು ಟಪಟಪ ಮಳೆ
ಖಗಮೃಗಗಳಲ್ಲಿ ಸಂತಸದ ಕಳೆ
ಹಸಿರುಡುಗೆಯಲಿ ಮೈನೆರಿದಿಹಳು ಇಳೆ
ಹೊತ್ತೊಯ್ಯಿತು ಓಣಿ ಓಣಿಯ ಕೊಳೆ
ತುಂಬಿ ಹರಿಯಿತು ಊರಾಚೆಯ ಹೊಳೆ

ಬಾಡಿದ ಗರಿಕೆಗೂ ಚಿಗುರುವ ಸಂಭ್ರಮ
ತರುಲತೆಗಳಿಗೆ ಮಡಿಯ ಸರಿಗಮ
ಮೆಲ್ಲನಾವರಿಸಿತು ಎಲ್ಲೆಲ್ಲೂ ಮಣ್ಣಘಮ
ರೈತನ ಮೊಗದಲಿ ಹುಣ್ಣಿಮೆ ಚಂದ್ರಮ
ಎಳೆಯರ ಹೆಜ್ಜೆಗಳಿಗೆ ಸಂತಸದ ತಕಧಿಮ

ನೀ ನನಗೆ

ರಚನೆ: ಡಾ ಅಪ್ಪಾಸಾಹೇಬ ವಿ ಸುತಾರ .

❖❖❖

ನೀರ ಮೌನದಲಿ ಹರಿವನೀರಿನ ಸೆಳೆತ
ನಿನ್ನ ನೋಟವಂತೆ
ನಿನ್ನ ಲಜ್ಜೆಯ ಗುಳಿಕೆನ್ನೆ ಈಗ
ನಕ್ಕ ಮಗುವಿನ ನಗುವು
ನಿನ್ನ ಗೆಜ್ಜೆ ಕಾಲ್ಗಳ ಸದ್ದು
ನನ್ನ ಸಂತಸಕ್ಕೆ ಅರೆದ ಮದ್ದು
ಸಂತೆಯ ಗದ್ಧಲಲಿ ಮೌನರಾಗ
ನನ್ನ ಮನವು ನಿನ್ನ ಕಂಡಾಗ
ತಂಗಾಳಿ ತಂಪು ತನುವಿಗೆ ಹಿತವಂತೆ
ನಿನ್ನೆದುರಲಿ ನೋವೆಲ್ಲಾ ಮರೆತಂತೆ
ಬಾನಿಗೆ ಬಾನಾಡಿ ಕಲರವಂತೆ ,ಬಾಳ
ಹಬ್ಬಕ್ಕೆ ನಿನ್ನ ನುಡಿ ತೋರಣವಂತೆ
ಚಿಗುರೆಲೆ ಗಿಡಕ್ಕೆ ವಸಂತ ತಂದಂತೆ
ನಿನ್ನುತ್ಸಾಹದಲೆ ನನ್ನೆಜ್ಜೆಯ ಗುರುತಂತೆ
ಹೂ ಹಣ್ಣು ಗಿಡದ ಹೆಸರಂತೆ
ನಿನ್ನ ಹೃದಯವಿಂದು ನನ್ನ ಬದುಕಂತೆ.

ಪಾದಯಾತ್ರೆ

ರಚನೆ: ಸುಷ್ಮಾ ಸುನಿಲ್ ಕುಲಕರ್ಣಿ

❖❖❖

ಚಿದಂಬರ ದಿಂಡಿಯ ಅಂದ
ಜೇನು ಸವಿಯ ಮಕರಂದ
ಭಾವ ಪರವಶ ದ ಸುಗಂಧ
ಹೇಳಲು ಸಾಲದು ಶಬ್ದಗಳಿಂದ
ನನ್ನ ಮೊದಲ ಪಾದಯಾತ್ರೆ
ಆನಂದದ ಅಕ್ಷಯ ಪಾತ್ರೆ
ಪ್ರತಿ ಹೆಜ್ಜೆಯಲ್ಲಿ ನಾಮ ಚಿದಂಬರ
ಪಸರಿಸಿದೆ ಭುವಿಯಿಂದ ಅಂಬರ
ಪಾದಯಾತ್ರೆಯ ಮೂರು ದಿನಗಳು
ಅಳಿಸಲಾಗದ ಮನದ ನೆನಪುಗಳು
ಏನೋ ಸಾಧನೆ ಮಾಡಿದ ನೆಮ್ಮದಿ
ಸ್ವಾಮಿ ನಗುತಿರುವ ಮನದಿ
ಎಷ್ಟು ವರ್ಣಿಸಲಿ ಸ್ವಾಮಿ ನಿನ್ನ
ನೋಡಿದ ಕ್ಷಣ
ಕುಣಿಯಿತು ಮನ.

ರೈತನಿಗೆ ಹೆಣ್ಣು ಕೊಡಿ

ರಚನೆ: ಭೀಮಸೇನ ಚಿಂಚಲಿ

❖❖❖

ಅನ್ನದಾತನಾಗಿ ಜನಿಸಿದೆ ನೋಡಿ
ಹಗಲಿರುಳೆನ್ನದೆ ಕಾಯಕ ಮಾಡಿ
ಮಣ್ಣಲ್ಲಿ ಮಣ್ಣಾಗಿ ನೇಗಿಲವ ಹೂಡಿ
ಮಣ್ಣನು ಹೂವಿನಂತೆ ಹದವ ಮಾಡಿ
ದಣಿದು ಬರುವೆವು ಮನೆಯ ಕಡಿ ||
ಮಳೆಯಾದಾಗ ಬೀಜ ಬಿತ್ತನೆ ಮಾಡಿ
ಕಳೆಯನ್ನು ತೆಗೆದು ಪೋಷನೆ ಮಾಡಿ
ಪ್ರತಿ ದಿನವೂ ಶ್ರಮದಾನವ ಮಾಡಿ
ಬಂಗಾರ ಬೆಳೆ ಬೆಳೆಯುವೆವು ನೋಡಿ
ಬಡ ರೈತನಿಗೆ ನೀವು ಹೆಣ್ಣು ಕೊಡಿ ||
ರೈತನೆಂದು ನೀವು ನನ್ನ ಜರಿಯಬೇಡಿ
ಪ್ರೀತಿಯಿಂದ ನಾವಿಬ್ಬರೂ ಜೊತೆಗೂಡಿ
ಊಟ ತಿನಿಸುವೆ ಕೈತುತ್ತನು ಮಾಡಿ
ಸಾಕುವೆನು ನಾನು ರಾಣಿಯಂತೆ ನೋಡಿ
ಈ ಜೋಪಡಿಯ ತೊರೆದು ಹೋಗಬೇಡಿ ||

ದೇವರ ರಂಗಾಯಣ

ರಚನೆ: ಡಾ. ಕಿಶೋರ ವಿಠ್ಠಲ ಬಂಡಗಾರ

❖ ❖ ❖

ಮುಗಿಲು ಬಾಗಿದೆ, ಕಡಲು ಸೇರಲು
ಹಡಗು ಹೊರಟಿದೆ ,ಅದನ ಕಾಣಲು
ಅಲೆದಾಡುವ ನೀರು ಅಲೆಯಾಗಿ
ಉರುಳುತಿಹುದು ಮರಳು ಸೇರಲು

ತೋರಿಹುದು ಭಿತ್ತಿ, ನೆತ್ತರದ ರೀತಿ
ಅದರಲಿ ಜಾರುತಿರುವ ಬಾನು
ಮಿಗದ ಸಾಲು ಮೂಡಿ ಬರಲು
ಮನವು, ಆತ್ಮ ತಲುಪಿದೆ !
ಅಷ್ಟೇ

ಪಡುವಣ ಪಡಶಾಲೆ
ದೇವರ ರಂಗಾಯಣ
ನಿತ್ಯ ಆದರೂ ನೂತನ
ಧ್ಯಾನ ,ಧನ್ಯತೆಯ ಸಾಧನ
ಮತ್ತೇನು ಬೇಕು!?

ಜೀವವೇ

ರಚನೆ: ಅಜಿತರಡ್ಡಿ ಮಲ್ಲಿಕಾರ್ಜುನ ಪೆಟ್ಲೂರ

❖❖❖

ಬುಗಿಲೆದ್ದ ಬೇಜಾರು
ಕಾಣಲಾಗದ ಕಣ್ಣೀರು
ಮುರಿಯದ ಮೌನ
ಇದು ರಕ್ತದ ಕಣ
ಉಸಿರಾಡದ ಸಮಸ್ಯೆಗಳು
ಪರದಾಡುವ ಭಾವನೆಗಳು
ಕಾಂತರದ ಅಳಲು
ಬಲು ಕಷ್ಟ ತೋಡಿಕೊಳ್ಳಲು
ತಾಳಲಾರದ ತೊಂದರೆಗಳು
ಗೋಗರಿಯದ ಸತ್ಯಗಳು
ಪೇಚಾಡುವ ಸನ್ನೆಯೂ
ಸೋಲದ ಭಯವು
ಮಾನವ ಕಂಡುಕೋ ನೆಲಯ
ಇಹುದು ವಜ್ರದಂತಹ ಭವಿಷ್ಯ

ನಿನ್ನ ಕಾಣ್ಕೆ ಏನು

ರಚನೆ: ನಾರಾಯಣ ರಾಮಪ್ಪ ರಾಥೋಡ್

❖❖❖

ಧರಣಿಯಲುದಿಸಿದ ಮೇಲೆ ನಿನ್ನ ಕಾಣ್ಕೆ ಏನು?
ಸೂರ್ಯನದು ಬಿಸಿಲು ಬೆಳಗಿನ ಕಾಣ್ಕೆ
ಚಂದ್ರ ತಾರೆಳ ಬೆಳದಿಂಗಳಿನ ಕಾಣ್ಕೆ
ಭೂಮಿ ತಾಯಿಯದು ಅನ್ನನೀಡಿದ ಕಾಣ್ಕೆ

ನದಿಸರೋವರದ್ದು ಸಿಹಿ ನೀರಿನ ಕಾಣ್ಕೆ
ಸಮುದ್ರದ್ದು ಉಪ್ಪುರುಚಿ ನೀಡಿದ ಕಾಣ್ಕೆ
ಬೆಟ್ಟ ಗುಡ್ಡಗಳದ್ದು ಪ್ರಕೃತಿ ಸೌಂದರ್ಯ,
ವನ್ಯಜೀವಿಗಳ ಪೋಷಣೆಯ ಕಾಣ್ಕೆ

ಮೋಡಗಳು ಮಳೆ ತಂದ ಕಾಣ್ಕೆ
ಗಿಡ ಮರಗಳದ್ದು ನೆರಳು ಹೂವು ಹಣ್ಣುಗಳ ಕಾಣ್ಕೆ
ಹಕ್ಕಿಗಳು ಸುಮಧುರ ಕಲರವ ನೀಡಿ ಕೀಟಗಳನ್ನು
ಸವಿದು ರೈತನಿಗೆ ಸ್ನೇಹಿತರಾದ ಕಾಣ್ಕೆ
ಪ್ರಾಣಿಗಳು ಹಾಲು ನೀಡಿದ ಕಾಣ್ಕೆ

ಅವಳೊಂದು ನಿಗೂಢ ಕವಿತೆ?

ರಚನೆ: ಪ್ರವೀಣ್ ಕುಮಾರ್ ಟಿ

❖ ❖ ❖

ಅವಳು ನಿಗೂಢ ಪ್ರೇಮ ಕವಿತೆ
ನೆಪದ ಕವಿತೆ ಅಲ್ಲ ನನ್ನವಳು?
ಪದೆ ಪದೆ ನೆನಪಾಗಿ
ಕಾಡುವ ದೇವತೆ ನನ್ನವಳು!!
ಕಣ್ಣಿಗೆ ಕಾಡಿಗೆ ಹಚ್ಚುತ್ತಿದ್ದಳು
ಆದರೆ, ಮನಸ್ಸಿಗೆ ಎಂದಿಗೂ ಬಣ್ಣ
ಹಚ್ಚದೇ ಉಳಿದ ಅಪರೂಪದ
ಶ್ವೇತಕಾಂತಿ ನನ್ನವಳು
ತುಂಟ ಕಂಗಳಲಿ
ರೇಗಿಸಿ, ನಕ್ಕು ನಲಿದಾಕೆ
ಗುಳಿಕೆನ್ನೆ ರಂಗೇರಿಸಿ
ಸಂಭ್ರಮ ಪಟ್ಟ
ಬದುಕಿನ ಪುಟದಿ
ಕನಸಿನ ಕವಿತೆಯಾಗಿಯೇ
ಉಳಿದವಳು!!

ಕಣ್ಣಿಗೆ ಕಾಣುವ ಭಗವಂತ ಅಪ್ಪ

ರಚನೆ: ಜ್ಯೋತಿ ಆನಂದ್ ಚಂದುಕರ್

❖❖❖

ನಮಗೋಸ್ಕರ ಹಗಲು ರಾತ್ರಿಯೆನ್ನದೆ ದುಡಿಯುವ ಅಪ್ಪ
ಅಮ್ಮ ಕಣ್ಣಾದರೆ ಕಣ್ಣನ್ನು ರಕ್ಷಿಸುವ ರೆಪ್ಪೆ ಅಪ್ಪ
ಬದುಕೆಂದರೆ ಧೈರ್ಯ ಎಂದು ಅರ್ಥ ಮಾಡಿಸಿದ್ದು ಅಪ್ಪ
ಸದಾ ನೆರಳಾಗಿ ಇರುವ ಜೀವ ಅಪ್ಪ

ಎತ್ತಿ ಆಡಿಸಿ ಮುತ್ತು ಕೊಟ್ಟು ಸಾಕಿದೆ ನೀನು ಅಪ್ಪ
ಬದುಕೆಂಬ ಪಯಣದಲ್ಲಿ ದಾರಿ ದೀಪವಾದೆ ನೀನು ಅಪ್ಪ
ಪರಿವಾರದ ದೋಣಿಯನ್ನು ಸಾಗಿಸುವ ನಾವಿಕ ನೀನು ಅಪ್ಪ
ಜನ್ಮ ಜನ್ಮಂತರಾ ಋಣ ತೀರಿಸಲಾಗದ ಭಗವಂತ ಅಪ್ಪ.

ಅಪ್ಪನ ಪ್ರೀತಿಗೆ ಬೆಲೆ ಕಟ್ಟಲಾಗದು
ಅಕ್ಕರೆಯ ಅಗಣಿತ ಪಾಲು ಅಪ್ಪನದು
ಗದರು ಮೀಸೆಯ ಹೃದಯವಂತಿಕೆ ಅಪ್ಪನದು
ಪದಗಳೇ ಇಲ್ಲ ಪೋಣಿಸಲು ಶಬ್ದ ಕೋಶವಿದು

ನನ್ನ ಬದುಕಿನ ಭರವಸೆಯ ದಿಕ್ಸೂಚಿ ಅಪ್ಪ
ಸಾಧನೆಯನ್ನು ಹುಡುಕಿ ಸಾಗು ಎಂದು ಹೇಳಿದಾತ ಅಪ್ಪ
ಕಣ್ಣಿಗೆ ಕಾಣುವ ಭಗವಂತ ಅಪ್ಪ

ಮಂದಾರ

ರಚನೆ: ಚಿನ್ನಿರಿ ಅಶೋಕ್ ಪೂಜಾರ್

❖❖❖

ಮಂದಾರದ ಮೊಗ್ಗಿಂದು ಮತ್ತೆ ಮಧು ಸೂಸಿದೆ.
ಮಾಧುರ್ಯದಿ ಮನ ಸೆಳೆಯಲು ಮೃದುದಳಗಳ ಚಾಚಿದೆ.
ಮಧು ಮಾಸವ ಮೋಹಿಸಲು ಮುಗುಳುನಗೆ ಬೀರಿದೆ.
ಮಂಕಾಗಿಹ ಮಧುಚಂದ್ರನ ಮನದಾಳದಿ ಮಿಡಿದಿದೆ.

ಮುಸ್ಸಂಜೆಯ ಮಾದಕತೆ ಮತ್ತೆ ಮೈಗಂಟಿದೆ.
ಮೃದು ಭಾವಕೆ ಬೆರಗಾಗುತ ಮತ್ತೆ ಮೈ ತಳೆದಿದೆ.
ಮಗುವಂತಹ ಮನಸಿನ ಹೂ ಮುಂಗಾರಲಿ ಮಿಂದಿದೆ.
ಮಿಡಿತದಾ ತುಡಿತದಲಿ ಮೌನದ ಮನೆ ಸೇರಿದೆ.

ಮಾಮರವು ಚಿಗುರುತಲಿ ಪಿಕದ ಸಕ ಬಯಸಿದೆ.
ಮುಂಗಾರಿಗೆ ಮೈ ಚಾಚಲು ಮಂತ್ರಾಕ್ಷತೆ ಮೊಳಗಿದೆ.
ಮನದಾಸೆಯು ಮೂಡುತಲಿ ಮತ್ತೆ ಮುದ ನೀಡಿದೆ.
ಮಂಜಾಗಿಹ ನಯನದಲಿ ಮಿಂಚಿಂದು ಮೂಡಿದೆ.

ಮಂಜುಳದ ಮಂಜಿನಲಿ ಮನವಿಂದು ತಣಿದಿದೆ.
ಮಾದಕತೆ ಮರಳುತಲಿ ಮೋಹನನಲಿ ಬೆರೆತಿದೆ.
ಮನದಾಳದ ಮಂದಾರವು ಮತ್ತೆ ಚಿಗುರೊಡೆದಿದೆ.
ಮಧು ಸೂಸಲು, ಮುದ ನೀಡಲು ಮತ್ತೆ ಮಳೆ ಜಿನುಗಿದೆ.

ಕಾಯುತಿಹಳು ಸೀತೆ

ರಚನೆ: ಸವಿತಾ ಸತೀಶ್ ಶೆಟ್ಟಿ

❖ ❖ ❖

ಅಶೋಕ ವನದಲ್ಲಿರುವ ತೊರೆಯ ದಡದಲ್ಲಿ ಕುಳಿತು
ಮನದ ರಾಜ ಶ್ರೀ ರಾಮನಿಗಾಗಿ ಕಾಯುತಿಹಳು ಸೀತೆ
ಮಾತೆಯ ಕಣ್ಣೀರ ಶೋಕಕ್ಕೆ ಪ್ರಕೃತಿ ಮೌನವಾಯ್ತು
ಪ್ರತಿ ಕ್ಷಣವು ಶ್ರೀ ರಮಣನ ಧ್ಯಾನಿಸುತ್ತಿರುವಳು ದಾತೆ

ರಾವಣನಿಗೆ ರೋಧಿಸಿ ಶಪಿಸುತ್ತಿರುವಳು ಮೈಥಿಲಿ
ಶ್ರೀ ರಾಮಚಂದ್ರನ ಹೃದಯದಲ್ಲಿ ನೆನೆಯುತ
ಗಾಢವಾದ ದುಃಖದಲ್ಲಿ ಮುಳುಗುತಲಿ
ತನ್ನನ್ನೇ ಮರೆತು ಕಲ್ಲಾಗಿಹಳು ರಾಮಸತಿ

ಭೂಮಿಜೆಯ ಶೋಕ ನೋಡಿ ಕರಗಿದ ಹನುಮನು
ಶ್ರೀಲಂಕೆಯನ್ನೆಲ್ಲಾ ಸರ್ರನೆ ದಹಿಸಿದನು ಕ್ಷಣದಲಿ
ಸತ್ಯಮಾತೆಗೆ ಕೊಟ್ಟ ವಿಶ್ವಾಸ ಭರವಸೆಯನು
ದೇವಿ ನಿರತಳಾದಳು ರಘುನಂದನನ ನಿರೀಕ್ಷೆಯಲಿ

ಸಂಸಾರ

ರಚನೆ: ಪಿ. ಶಾರದಮ್ಮ

❖❖❖

ಬಿಸಿ ಇರಲಿ ತಂಪಿರಲಿ ಕೋಪವಿರಲಿ,
ಸಮಾಧಾನವಿರಲಿ,ಒಗ್ಗುವಂತಿರಲಿ,
ಒಗದಂತಿರಲಿ, ಬಗ್ಗಿಸಿ ಮಾಡಬೇಕು ಸಂಸಾರ.
ಕಷ್ಟವಿರಲಿ, ಸುಖವಿರಲಿ, ನೋವಿರಲಿ,ನಲಿವು ಇರಲಿ,
ಹಿಗ್ಗಿರಲಿ,ಕುಗ್ಗಿರಲಿ,ಬಗ್ಗದೆ ಎದ್ದು ಮಾಡಬೇಕು ಸಂಸಾರ.

ಹೊಗಳಿಕೆ ಇರಲಿ,ತೆಗಳಿಕೆ ಇರಲಿ,ಸೋಲು ಇರಲಿ,
ಗೆಲುವಿರಲಿ, ಅರಳುತಿರಲಿ,ಬಾಡುತ್ತಿರಲಿ,
ಒಣಗಿ ನೆನೆದು ಮಾಡಬೇಕು ಸಂಸಾರ.

ಇವೆಲ್ಲವ ಅರಿತು ಮಾಡಿದಾಗ ಸಂಸಾರ,
ಉಳಿಯುವುದು ಜೀವನದ ಸಾರ,
ಅದೇ ಜೀವಕ್ಕೆ ಆಧಾರ.

ಹರಿದು ಹೋಗಿತ್ತು

ರಚನೆ: ಸುಧಾ ಪಾಟೀಲ್

❖❖❖

ಹೀಗೊಂದು ರಾತ್ರಿಯಲಿ
ಹರಿದು ಹೋಗಿತ್ತು
ಬಣ್ಣ ಬಣ್ಣದ ಕೌದಿ
ಹೊಲೆದು ಮತ್ತೆ
ಗಟ್ಟಿಗೊಳಿಸಿದೆ ಭಾವಗಳ ಸರಕು
ಅದೆಷ್ಟೋ ಬಯಕೆ
ಭರವಸೆಗಳ ಮೂಟೆ ಕಳೆದು ಹೋಗಿತ್ತು
ಇರುಳು ಹಗಲಾಗುವ ವೇಳೆ
ಉದಯಿಸಿದ ಸೂರ್ಯ ಮತ್ತೆ ಎಲ್ಲವ ಮರೆತು
ಹಳೆಯ ಬಟ್ಟೆ ಹೊಸದು ಬದುಕು
ಕಳೆದ ಭೂತದ ನೋವು
ಬರುವ ನಾಳೆಯ ಬೆಳಗು
ಇಂದು ಮುಸ್ಸಂಜೆಯಲಿ ನಿರಂತರ ಹುಡುಕಾಟ
ಕಟ್ಟಿ ಕೊಡಲು ಬಾಳು
ಕೌದಿ ಹರಿದಾಗಲೆಲ್ಲಮತ್ತೆ ತೇಪೆ ಹಚ್ಚುವೆ
ಬದುಕ ಬೇಕು ಚಳಿ ಒಳಗೂ ಹೊರಗೂ

ಬಿಸಿಲುಗುದುರೆ

ರಚನೆ: ರೇವಯ್ಯ ಶಿವಲಿಂಗಯ್ಯ ಮಠದ್

❖ ❖ ❖

ಎಂದೂ ಸಿಗದ ಬಿಸಿಲುಗುದುರೆ
ಮನಸನ್ನು ಮತ್ತೆ ಮತ್ತೆ ಸೆಳೆಯುತ್ತಿದೆ

ಕೈಯಲ್ಲಿರೋ ರತ್ನಕ್ಕಿಂತ
ಆಕಾಶದ ಚುಕ್ಕೆ ಚಂದ ಅನಿಸಿದೆ,
ತಟ್ಟೆಯಲ್ಲಿರುವ ಕೈರೊಟ್ಟಿಗಿಂತ
ಕನಸಿನ ಭೋಜನ ಬೇಕೆನಿಸಿದೆ

ಅರ್ಥವೇ ಆಗದ ಪ್ರಶ್ನೆ ಇದು,
ಶತಶತಮಾನಗಳ ಸೋಜಿಗವಿದು,
ತನ್ನದೆನ್ನುವುದು ಬೇಡವಾಗಿದೆ,
ಬೇರೆಯವರ ಕತ್ತೆ ಬೇಕಾಗಿದೆ.

ಮನಸಿನಾಳದ ಬಯಕೆಯಿದು,
ವ್ಯರ್ಥ ಬದುಕಿನಾ ಪ್ರಲಾಪವಿದು,
ಸ್ವಾರ್ಥ ಚಿಂತನೆಯ ಮಹಿಮೆಯಿದು,
ಮತಿಹೀನರ ಬದುಕಿನ ಅಂತ್ಯವಿದು

ಸಾಗಬೇಕು ಬದುಕು ಆಮಿಷಗಳ ತೊರೆದು,
ಇರುವುದೆಲ್ಲುವುದು ದೇವನ ಕೊಡುಗೆಯೆಂದು,
ಇರದುದರ ಕಡೆಗೆ ಕಣ್ಣೆತ್ತಿಯೂ ನೋಡದದೆಂದು,
ಅಲ್ಪ ತೃಪ್ತಿಯೇ ಮಹಾ ತೃಪ್ತಿಯೆಂದು,
ಸಾರ್ಥಕವೀ ಬದುಕೆಂದು

ರೈಲಿನಂತೆ ಬದುಕು

ರಚನೆ: ದೀನಬಂಧು ಎಸ್ ಆದಿ

❖❖❖

ಹಳಿಗಳ ಮೇಲೆ ಚಲಿಸಿದಂತೆ ನಮ್ಮ ಬದುಕು,
ಕಷ್ಟ ಸುಖಗಳ ನೋಡುತ ಬದುಕು ಸಾಗಲಿ
ಸೋಲು ಗೆಲುವುಗಳ ಹಾದಿಯಲಿ ಬದುಕು ಸಾಗುತಿದೆ,
ತಿರುವುಗಳು ಇವೆ ಈ ದಾರಿಯಲಿ ಸಾಗಬೇಕು ಅರಿವಿನಿಂದ
ಈ ಬದುಕಿಗೆ ಬೇಕು ಔಷಧಿಯಂತಿರುವ ನೆಮ್ಮದಿಯು,
ಹುಡುಕಿ ಸಾಗಬೇಕು ನಾವು ಈ ನೆಮ್ಮದಿಯನು
ಸೋಲದಿರಲಿ ನಿನ್ನ ಮನವು ಎಲ್ಲಿಯೂ ಗೆಳೆಯ,
ಬೇರೆಯ ಜೀವಗಳಿಗೆ ಸೂರ್ಯನಂತೆ
ಬೆಳಕಾಗುವ ಹಾಗೆ ಬದುಕು ನೀ
ಈ ಬದುಕು ನಿಂತ ನೀರಲ್ಲ ಗೆಳೆಯ,
ಸದಾ ಚಲಿಸಲಿ ನಿನ್ನ ಬದುಕಿನ ಬಂಡಿಯು ಈ ರೈಲಿನಂತೆ

ಸುಖದ ಹಂಬಲ

ರಚನೆ: ಮನ್ಸೂರ್ ಮುಲ್ಕಿ ಹೃದಯ ಕವಿ

❖❖❖

ಯುವಕ ನಾನು ಹೊಳೆ ಹೊಳೆವ ಬಾನ
ಕಂಡು ನಗುವನ್ನು ಬೀರಿದ್ದೆ ಅಂದು
ಕಂಡಂತ ಕನಸು ನನಸಾಗುವಾಗ
ಮಾದಕವು ಸುಟ್ಟಿತ್ತು ಇಂದು

ಎಂತಹ ದೌರ್ಭಾಗ್ಯ ದುರ್ದೈವಿಯಾದೆನು
ಮಾದಕ ವ್ಯಸನದ ಸೆಳೆತದಲ್ಲಿ
ಒಮ್ಮೆ ಸೇವಿಸಿದರೆ ಮತ್ತೆ ಬೇಕೆನ್ನುವುದು
ಚಟವು ಹಠವು ವ್ಯಸನವು

ಗಾಂಜಾ ಅಫೀಮ್,ಎಂ.ಡಿ. ಎಂ.
ಕೋಕೇನ್ ಹೆರೋಯಿನ್ ಮಾರ್ಫಿನ್
ಬೆಳಕಿನ ಬದುಕನ್ನು ಕತ್ತಲೆಗೆ ದೂಡಿ
ಮನುಜನ ಕೊಲ್ಲುವ ಮಾದಕ ನೋಡಿ

ಸುಖದ ಹಂಬಲ ಮಾದಕವಲ್ಲ
ಹೆತ್ತವರ ಕಣ್ಣೀರು ಸಾಗರವು
ಬಿಡಬೇಕು ತಮ್ಮ ಮಾದಕ ಸೇವನೆ
ಬದುಕಿನ ಹಾದಿಯು ಸುಗಮವು

ಕನಸು

ರಚನೆ: ಸರಸ್ವತಿ ಟಿ ಎಸ್

❖ ❖ ❖

ಕನಸು ಕಾಣುತ್ತಿರುವೆ ನಾನೊಂದು
ನನ್ನ ಬಾಲ್ಯದ ದಿನಗಳನು ನೆನೆದು.
ಅಪ್ಪ ಅಮ್ಮ ಅಣ್ಣ ಅಕ್ಕಂದಿರ ಜೊತೆಗಿತ್ತು ಒಡನಾಟ
ಸ್ನೇಹಿತರೊಂದಿಗೆ ಕೂಡಿ ಮಾಡಿದ ತುಂಟಾಟ.
ಶಾಲೆಯಲಿ ಗಂಟೆ ಬಾರಿಸಿದರೆ ಸಿಗುತಿತ್ತು ಆಟ ಪಾಠ
ಶಿಸ್ತು ಮರೆತರೆ ಬೀಳುತಿತ್ತು ಗುರುಗಳ ಶಿಕ್ಷೆಯ ಊಟ.
ಮನೆಯಲ್ಲಿ ಅಜ್ಜ ಅಜ್ಜಿಯರ ಕಥೆಗಳ ಹೂರಣ
ಮನದಲ್ಲಿಯೇ ಕಟ್ಟುತ್ತಿದ್ದೆವು ಕಲ್ಪನೆಯ ತೋರಣ.
ನೆರಹೊರೆಯವರೊಡನೆ ಬೆರೆತು ಕಲಿತ ಕಷ್ಟಕಾರ್ಪಣ್ಯದ ಕಾಲ
ಅದರಿಂದ ಸಾಗಿಸುತ್ತಿರುವೆ ಇಂದಿನ ಜೀವನ ಜಾಲ.
ಇಂದಿನ ಮಕ್ಕಳಿಗೆ ಯಾಕಿಲ್ಲ ಇಂತಹ ಅನುಭವ
ಅವರ ಕಲ್ಪನಾ ಲೋಕಕ್ಕೆ ಆಗಿದೆ
ಈ ಸುಮಧುರ ಅನುಭವಗಳ ಅಭಾವ.

ಬಾಳ ಪಯಣದ ದಾರಿ

ರಚನೆ: ಅಶೋಕ. ಪ್ರ ದೇಸಾಯಿ

❖❖❖

ಬಾಳ ಪಯಣದ ದಾರಿ ತಿರುವುಗಳು ಗುಟ್ಟಿನ ಬೆನ್ನೇರಿ!
ಮುಂದೆ ನಡೆದಂತೆ,
ಹಾದಿ ದೂರಾಗುತಿದೆ ಸೇರಿ,
ದಿಗಂತವ ಸೇರಿ,

ಸಾಗಿದೆ ನಡೆ, ದಾಟುತ ಅಡೆತಡೆ!,
ದೂರದ ದುರ್ಗಮ!, ಆಗುವುದು ಸುಗಮ.
ಸತ್ಯದ ಹೆಜ್ಜೆಗಳಿರುವಾಗ.

ಮನದ ನೋವು ಭಾವ ನಾವೆಯ ಪಯಣಿಗ.
ಹುದುಗಿಟ್ಟ ದುಮ್ಮಾನ,
ಬಂಧುರ ಹಂದರದ ಮದುಮಗ.
ಅಪಮಾನಗಳ ಕುಲುಮೆಯಿಲ್ಲಿ
ಆಗು ಸಾಧನೆಯ ಚೆನ್ನಿಗ.

ಬಾಳ ಪಯಣದ ದಾರಿ
ತಿರುವುಗಳು ಬೆನ್ನೇರಿ.

ಇರುವ ಮೂರು ದಿನ
ಗೆಲ್ಲುತ ಜನಮನ
ಜಿಹ್ವೆಯಲ್ಲಿರಲಿ ವಾಸ,
ಸಾಗುವ ಮೊದಲು ಕೊನೆಯ ಪ್ರವಾಸ.
ಮರೆವಿನ ಮರೆಯಲಿ ಮರೆತಾದರೂ
ಹೃದಯದ ಹುತ್ತಲ್ಲಿ ನೆಲೆಯಾಗಿರು.

ನಿನ್ನೆಯ ಇಂದಿನ ನಾಳೆಗಳು

ರಚನೆ: ಕೆ. ಎನ್. ಸತೀಶ್

❖ ❖ ❖

ನಮ್ಮ ಹತ್ತು ಹಲವಾರು ಗೋಲಾಕಾರ ವೃತ್ತಗಳು,
ಎಲ್ಲಾ ಜೀವರಾಶಿಗಳು ಅದೆಷ್ಟೋ ವೃತ್ತಗಳಲ್ಲಿ
ಮುಂದೆ ಹಿಂದೆ ಬೇಕು ಬೇಡಗಳ
ವಿಚಾರಿಸುತ್ತಾ ಸಾಗುವರು ಒಂದು ನಿಯತಿಯಿಂದ.
ಬೆಳಿಗ್ಗೆ, ಸಂಜೆ ರಾತ್ರಿಯೊಂದಿಗೆ
ಚಳಿ ಮಳೆ ಬಿಸಿಲು ವಸಂತಗಳೊಂದಿಗೆ,
ನಮ್ಮವರೊಂದಿಗೆ ನಮ್ಮದಲ್ಲದವರೊಂದಿಗೆ,
ದಾರಿ ಮಾತ್ರ ಒಂದೆ.
ಆಚೆಯೂ ಈಚೆಯೂ ಅದರೊಳಗೆ ಹತ್ತು ಹಲವಾರು.
ಗಿಡವು ಚಿಗುರಿ ಹೂಬಿಟ್ಟು ಮರವಾಗುವುದು,
ಮತ್ತೆ ಜಡವಾಗಿ ಉದುರಿ ಚಿಗುರುವುದು ಕೂಡಾ,
ಅದರಂತೆ ಸುತ್ತಿ ಮುನ್ನಡೆಯುವೆವು.
ಹಿಂದಿನದು ನೆನಪಿದ್ದರೆ ಇರಬಹುದು, ಇರದಿರುವುದೇ ಹೆಚ್ಚು.
ಮತ್ತೆ ಬಂದು ಹೋಗುವ
ನಿನ್ನೆ ಮೊನ್ನೆಯ ಇಂದು ನಾಳೆಗಳು.

ಓ ಕನಸಿನ ಮನಸೇ

ರಚನೆ: ಮೌನೇಶ. ಜೆಕೆ. ಕರಕಿಹಳ್ಳಿ

❖❖❖

ಓ ನನ್ನ ಕನಸಿನ ಮನಸೇ
ನನ್ನ ಒಮ್ಮೆ ನೀನು ಕ್ಷಮಿಸೇ!
ಚೂರೇ ಚೂರು ಪ್ರೀತಿಯ ಕರುಣಿಸೇ!!

ನನ್ನ ಪ್ರೀತಿ ಕೂಗಿಗೆ ನೀ ಧ್ವನಿ ಗೂಡಿಸೇ
ನಿನ್ನಲ್ಲಿ ಬೇಡುವೆ ನನ್ನನು ಪ್ರೀತಿಸೇ!
ಇಬ್ಬರಲ್ಲಿ ಪ್ರೀತಿ ಹುಟ್ಟಿದೆ ನೀ ಸಹಕರಿಸೇ
ನನ್ನ ಮೇಲೆ ಸ್ವಲ್ಪ ದಯೇ ತೋರಿಸೇ!!

ನಿನ್ನ ಪ್ರೀತಿ ಪ್ರೇಮವನು ನನಗೆ ಉಣಿಸೇ
ಮಲ್ಲಿಗೆ ಹೂವಂತೆ ನನ್ನನು ನೀ ಅರಳಿಸೇ!
ನಿನ್ನ ಮುದ್ದು ನಗುವಲ್ಲಿ ನನ್ನನು ನಗಿಸೇ
ಮಗುವಿನಂತ ಮಾತು ನನ್ನನ್ನು ಕನಿಕರಿಸೇ!!

ಈ ಹೃದಯ ಗೂಡಲ್ಲಿ ನಿನ್ನ ಬಚ್ಚಿಡುವ ಆಸೆ
ನನ್ನ ತೋಳಲ್ಲಿ ನಿನ್ನ ಬಂಧಿಸುವ ಕನಸೇ!
ಕ್ಷಣ ಬಿಟ್ಟಿರಲಾರೆ ನನ್ನ ಪ್ರೀತಿಗೆ ಸಮ್ಮತಿಸೇ
ನಿನ್ನ ನೆನಪಲ್ಲಿ ನಾನು ಬದುಕಿನ ದೋಣಿ ಸಾಗಿಸೇ!!

ಬಸವಣ್ಣ

ರಚನೆ: ಮುರಳೀಧರ್ ಯು ಗೋಲನ್ನವ

❖❖❖

ಮಾದರಸ ಮಾದಲಾಂಬಿಕೆಯರ ಮಗನಾಗಿ,
ಬೆಳೆದು ನಿಂತಾದ ಯೋಗಿ,
ಬಿಜ್ಜಳನ ಆಸ್ಥಾನದ ಮಂತ್ರಿ,
ಅನುಭವ ಮಂಟಪದ ಕುಲಪತಿ,
ಮಾಡಿ ತನ್ನ ಲಿಂಗವನ್ನೆ ಸತಿಯಾಗಿ,
ಶರಣು ನಿಮಗ್ಯಾರು ಸಮವುಂಟೆಂದು ಭಕ್ತರು ,
ಪೂಜಿಸಿ ಲಿಂಗವ ಹಗಲು ರಾತ್ರಿ,
ಉಂಟುಮಾಡಿದೆನಿ ನಿಲಭನಂತ ನಗು,
ತೋರದೆ ಯಾರಿಗು ಬವನೆ ,
ಮುಖದಲ್ಲಿ ಚಂದ್ರನು ಬೆರಗಾಗುವಂತ ಮಿರುಗು ,
ನಡೆಸಿ ಎಲ್ಲರನ್ನು ಉತ್ತಮ ಹಾದಿಯಲ್ಲಿ,
ಭೂಮಿಯ ತ್ಯಜಿಸಿದನಿತ
ಕಾಯಕವೇ ಕೈಲಾಸ ಎಂದು ಸಾರಿ

ಅವಳೊಂದು ಹಣತೆ

ರಚನೆ: ಕವಿತಾ ಎಂ.ಆರ್.

❖ ❖ ❖

ಅವಳೊಂದು ಹಣತೆಯಾಗಿ ಉರಿಯುತ್ತಿದ್ದಾಳೆ,
ಬೆಳಗುತ್ತಿದ್ದಾಳೆ ಮನೆ, ಮಡದಿಯಾಗಿ, ತಾಯಿಯಾಗಿ,
ತನಗಾಗಿ ಅಲ್ಲ ತನ್ನವರಿಗಾಗಿ,
ತನ್ನವರೆಂದುಕೊಂಡವರಿಗಾಗಿ ಉರಿಯುತ್ತಿದ್ದಾಳೆ,
ಉರಿದುರಿದು ಕರಿಗಟ್ಟಿದ್ದಾಳೆ, ಮಸಿ ಹಿಡಿದಿದ್ದಾಳೆ,
ತಿಕ್ಕಿ ತೊಳೆಯುವವರಿಲ್ಲ, ಸ್ವಚ್ಛ ಮಾಡುವವರಿಲ್ಲ,
ಆದರೂ ಉರಿಯುತ್ತಿದ್ದಾಳೆ,ಎಲ್ಲಿಂದಲೋ ಬಂದು
ಈ ಮನೆಯ ಸೇರಿದ್ದಾಳೆ, ಆದರೂ ಇದು ನನ್ನ ಮನೆ,
ನನ್ನ ಸಂಸಾರ ಎಂದು ಬೆಳಗುತ್ತಿದ್ದಾಳೆ,
ತನ್ನ ಬಾಲ್ಯ ಯೌವ್ವನದ ಕನಸ ಮೂಟೆ ಕಟ್ಟಿ ಇಟ್ಟಿದ್ದಾಳೆ,
ತನ್ನ ಗಂಡ ಮಕ್ಕಳ ಕನಸುಗಳಿಗಾಗಿಉರಿಯುತ್ತಿದ್ದಾಳೆ,
ನಿತ್ಯ ಹೊಸ ಕಸುವು ಹೊಂದಿಸಿಕೊಂಡು ಉರಿಯುತ್ತಿದ್ದಾಳೆ,
ತನ್ನ ಹೆಸರಿಗಾಗಿ ಅಲ್ಲ ತನ್ನ ಕರುಳಿಗಾಗಿ ಮಿಡಿಯುತ್ತಿದ್ದಾಳೆ,
ಉರಿಯುತ್ತಿದ್ದಾಳೆ ಅವಳು, ಬೆಳಗುವುದೇ ತನ್ನ
ಕಾಯಕವೆಂದು ಅರಿತ್ತಿದ್ದಾಳೆ.

ನೀನು ನೀನಲ್ಲವೇ

ರಚನೆ: ಸಂಪದ ಕುಲಕರ್ಣಿ

❖ ❖ ❖

ನೀನು ನೀನಲ್ಲವೇ
ಮೊನ್ನೆ ಮದುವೆಗೆ ಬಂದಾಗ
ನಿನ್ನ ನೋಡಿ ನಾ ಓಡಿ ಬಂದೆ

ಕರೆದರೂ ಓ ಗೋಡೆದೇ ನೀನು
ನನ್ನ ಮರೆತೇ ಹೋದೆ ನೀನು

ನೆನಪಿದೆಯ ಕಾಲೇಜ್ ಮೈದಾನದಲ್ಲಿ
ನನ್ನ ಹಿಂದೆ ತಿರುಗುವ ನೀನಲ್ಲ ವೇ

ಏನು ನಿನ್ನ ಪೋ ಷಾ ಕು
ಟಿಪ್ ಟಾಪ್ ಪಟ ಪಾಟಿ

ನಿನ್ನ ನೆನಪಿನ ಅಂಗಳದಿ
ಕಾಯುತ್ತಿದ್ದೇ ನೀ ಬರುವೆ ಎಂದು

ಆದರೆ ನೀನು ನೀ ನಾಗಿಲ್ಲ
ಅಧಿಕಾರಿದ ಅಹಂಕಾರದಲ್ಲಿ

ನೀನು ಬರಲೇ ಇಲ್ಲ
ನೀನು ನೀನಲ್ಲವೇ ಅಲ್ಲ

ನೂರು ನೆನಪು

ರಚನೆ: ಅಂಜಲಿ ಶ್ರೀನಿವಾಸ್

❖❖❖

ನೂರು ನೆನಪು ಮೂಡಿವೆ ಮತ್ತೆ ಕಾಡುತಿವೆ
ಬಿಡದೆ ಸುರಿವ ಮಳೆಯಲಿ ಕಣ್ಣ ಹನಿಯು ಜಾರಿವೆ
ಅನುಮಾನ ಹೇಗೆ ಸುಳಿಯಿತೊ ಅನುರಾಗದಲಿ
ಕನಸೊಂದು ಹೇಗೆ ಕಮರಿತೊ ಈ ಮೌನ ಕದನದಲಿ

ಕಣ್ಣ ಹನಿಯಲಿ ನೆನಪುಗಳ ಚಿತ್ರಣ
ಚೂರಾಗಿಹೆ ನಂಬಿಕೆಯ ದರ್ಪಣ

ಮುಗಿಲಷ್ಟು ಆಸೆಗಳು ಕ್ಷಣದಲ್ಲಿ ಚೂರು
ಮುಗಿಯದಷ್ಟಿವೆ ಈ ನಿರಾಶೆಗಳ ದೂರು
ಆಸೆಯ ದೋಣಿ ಹೇಗೆ ನಿರಾಸೆಯ ದಡ ಸೇರಿತೊ
ಅರಿಯದೆ ಬದುಕು ಹೇಗೆ ಬಣ್ಣ ಕಳೆದುಕೊಂಡಿತೊ

ಬಾ-ನನ್ನೊಂದಿಗೆ

ರಚನೆ: ಸುನಿಲ್ ಲೇಖಕ್ ಎನ್

❖❖❖

ಬಾ ನನ್ನೊಂದಿಗೆ
ಪ್ರೇಮ ಕವಿತೆ ಬರೆಯಲು

ನಿನ್ನದೊಂದು ಸಾಲು
ನನ್ನದೊಂದು ಸಾಲು

ನಿನ್ನ ನಗುವಿನಿಂದ
ನನಗೆ ಸೋಲು
ನನ್ನ ಮಾತಿನಿಂದ
ನಿನಗೆ ಸೋಲು.

ತೆರೆ ನೀ ಕಾವ್ಯದ ಕದ
ಇರಲಿ ಇಬ್ಬರದ್ದು
ಪದಕ್ಕೊಂದು ಪದ

ಆದಂತೆ ಇಬ್ಬರ ಹೃದಯಗಳ
ಸಮ್ಮಿಲನ
ಆರದೇ ಬೆಳಗುತಿರಲಿ ನಮ್ಮೀ
ಕವನ.

ಯೊಚನೆ

ರಚನೆ: ಜಾವಿದ್

❖❖❖

ಮನಸಿದ್ದರೆ ಮಾರ್ಗ ಒಳ್ಳೆಯದಕ್ಕೆ ಇದೆ ಸ್ವರ್ಗ
ಜೀವನದಲ್ಲಿಸೀಗುತ್ತೆಹೂವುಮೂಳ್ಳು
ದೂರಮಾಡುತ್ತೆ ಹೂವು
ಪ್ರತಿಯೊಂದು ಸುಳ್ಳು ಅತ್ತರೆ ಕಣ್ಣೀರು,
ಮರಭೂಮಿ ಅಲ್ಲಿ ಪರದಾಟ
ಬೇಕಂತ ನೀರು
ಹಸಿವಿನ ಬೇಲೆ ಇರುವ ನೆಲೆ
ಉಪಯೋಗಿಸಲಾರದ ಕಲೆ
ಇದ್ದರೇನು ಬಂಗಾರದ ಓಲೆ
ಮಾಟ ಮಂತ್ರ, ಸಂತೆ ಕಂತೆ,
ಮಾನುಷ್ಯನೀಗೆ ಉಚಿತ ಸೀಗುವದು ವನ ಚಿಂತೆ
ಈ ಚಿಂತನೆ, ಆ ಯಾತನೆ, ರೈತನ ತಲೆಯಲ್ಲಿ ಬಿತ್ತನೆ
ಸುಳ್ಳಿನ ಆಣೆ ಕತ್ತಲೀನ ಆ ಕೊನೆ,
ಗೋಡೆಯಲ್ಲಿ ಪತ್ರ ಆಗಿದ್ದರೆ ಕಾಣೆ
ಮಾಡ್ಬೇಡಿ ಯಾರ ಮೇಲೆ ಬೆರಳ
ಆಗುತ್ತೆ ಜೀವನ ಸರಳ
ಗುರ್ತಿಲ್ಲಎಷ್ಟು ಇದೆ ನಿರಿನ ಆಳ
ಯೋಚನೆ ಮಾಡ್ಬೇಕಿದೆ ಬಹಳ

ನನ್ನೊಳಗಿನ ನಾನು

ರಚನೆ: ಶ್ರೀಪಾದ ಆಲಗೂಡಕರ

❖❖❖

ಮನದಾಳದ ಭಾವನೆಯ ಕಡಲಲಿ ಮುಳುಗಿರುವೆ
ಎದೆಯಾಳದ ಅಂತರಂಗ ಹುಡುಕಿ ಹೋಗುತ್ತಿರುವೆ
ಮುಸ್ಸಂಜೆಯ ಪಡುವಣದ ರಂಗಿನಲಿ ಸೋಕಿರುವೆ

ಬರಡಾದ ಮರದಂತೆ ನನ್ನೊಳಗಿನ ನಾನಾಗಿರುವೆ
ಸಂಸಾರ ಸಾಗರದ ನೆಲೆಯಲ್ಲಿ ಅವಿತಿರುವೆ
ಮುಕ್ತವಾಗಿ ಮಾತುಗಳ ಹಂಚುವುದು ಮರೆತಿರುವೆ

ಏಳಿಗೆಯ ಪೀಳಿಗೆಯ ಬೆನ್ನುಹತ್ತಿ ಹೋಗಿರುವೆ
ನನ್ನೊಳಗಿನ ನಾನಾಗಲು ಶತಪ್ರಯತ್ನ ಮಾಡಿರುವೆ
ಬದುಕಿನ ನೆಲೆಯನು ಹುಡುಕುತ್ತಾ ಹೊರಟಿರುವೆ

ರಂಗೇರಿದ ಬಾನಿನಲಿ ಹೊಸಕಳೆಯ ಹುಡುಕಿರುವೆ
ಮುಸ್ಸಂಜೆಯ ಬದುಕಿಗೆ ಆಶಾಕಿರಣ ಮೂಡಿಸಿರುವೆ
ನನ್ನೊಳಗಿನ ನಾನಾಗಿ ಹೊಸಬೆಳಕು ತೋರಿಸಿರುವೆ

ಕರಾಳ ರಾತ್ರಿಗಳ ನಿದ್ದೆಯಿಲ್ಲದೆ ಹೊರಳಾಡಿರುವೆ
ನನ್ನನ್ನೇ ಅರಿಯದೇ ಇನ್ನೊಬ್ಬರಿಗಾಗಿ ಜೀವಿಸಿರುವೆ
ನನ್ನೊಳಗಿನ ನಾನಾಗಲು ಹೊಸ ದಿಗಂತಕ್ಕೆ ಸಾಗಿರುವೆ

ಪ್ರೇಮ ತಂಬೂರಿ

ರಚನೆ: ರಿಹಾನಾಬೇಗಂ ಬಿ ನದಾಫ್

❖❖❖

ಪ್ರಲೋಭಿತಳಾದೆ ನಾ
ಹೊಳೆವ ನಿನ್ನ ಕಂಗಳ ಕಾಂತಿಯಲಿ
ಕಳೆದುಹೋಗಿರುವೆ ನಾ
ನಿನ್ನ ಮೋಹಬ್ಬತ್ನ ಸಿಂಚನದಲಿ!

ಬಿತ್ತಿದ ಭಾವನೆಯ ಬುತ್ತಿಯು
ಬತ್ತದಂತೆ ಬೆಳೆಯುತಲಿ
ಜಿಂದಗಿನೇ ಹಾಳಾದಂತಿದೆ
ನಿನ್ನೊಲವ ಬಯಸುತಲಿ!

ಚಿತ್ತ ಕೆಡಿಸಿದ ಚೋರನೇ...
ನವೋಲ್ಲಾಸದ ನಗೆಯ ಬೀರಿ
ವಸಂತಾಗಮನದಂತೆ ನನ್ನೆದೆಗೆ ಜಾರಿ
ಮತ್ತೆ ನುಡಿಸಿದನು ಪ್ರೇಮ ತಂಬೂರಿ!!

ಸಾಧಕನಾಗು

ರಚನೆ: ಗಣಪತಿ ನಾಯಕ್

❖ ❖ ❖

ಅಡಿಗೆ ಬಿದ್ದೆನೆಂದು ಕೈ ಬಿಡಬೇಡ.
ಹೊರಳು ಕಟ್ಟೆನೆಂದು ಹಿಂತಿರುಗಬೇಡ.
ತಡವಾಗಿದೆ ಎಂದು ಬೇಸರಿಸಬೇಡ.
ಊರೆಲ್ಲಾ ನಗುತ್ತಿದೆ _ ನಗುತ ನಡೆಯು.

ಹೊಂದಿದ ವಿಫಲತೆ ತಾನೆ ಪಾಠವಲ್ಲವೇ?
ಜೀವನದ ಹಾದಿಯೇ ಹೋರಾಟವಲ್ಲವೇ?
ನಿನಗೆ ಬೇಕಾದ ಬೆಳಕನು ನೀ ತಾನೆ ಬೆಳಗಿಸು
ಅಡಗಿದ ಕನಸನು ಎಬ್ಬಿಸು, ಸಾಧಕನಾಗು!

ಮುಗಿಯದ ಪ್ರಯಾಣ ಇದು ಧೈರ್ಯದ ಓಟ.
ಬಗ್ಗದ ಬೆನ್ನು, ನಿಲ್ಲದ ನೋಟ.
ಒಮ್ಮೆ ನಿನ್ನ ಹಾದಿ ನೀ ನೆಡೆದುಕೊಂಡು ಹೋಗು,

ಸಾಧನೆಯ ರೂಪಕವನು ನೀನೆ ಬರೆಯು.

ಪ್ರೇಮ ಜೋಳಿಗೆ

ರಚನೆ: ಬಿ ಎಸ್ ಪ್ರದೀಪ್

❖❖❖

ಮುದಗೊಳಿಸೊ ಜೋರುಮಳೆ ನೀನು
ಚಾಚಿರುವ ಬೊಗಸೆ ಅಂಗೈ ತುಂಬಿಸಿಬಿಡು

ಆಕಾಶದ ತುಂಬೆಲ್ಲಾ ಅರಳಿದ
ಪ್ರೇಮ ನಕ್ಷತ್ರಗಳ ಒಡತಿ ನೀನು
ಒಂದೇ ಒಂದು ತಾರೆಗೆ ಕೈಚಾಚಿದ ಹುಡುಗ ನಾ

ನಿನ್ನ ಹೃದಯ ಪ್ರೀತಿ ಭಾವನೆಗಳ ಬಂಗಲೆ
ಅದರ ಮುಂದೆ ಖಾಲಿ ಹೃದಯದಿ ಕೈ ಯೊಡ್ಡಿರುವೆ

ಕನಸ್ಸುಗಳ ಫಸಲು ತುಂಬಿದ ಕಣಜ ಆ
ಕಣ್ಣುಗಳು
ಜೋಳಿಗೆ ಹಿಡಿದಿರುವೆ ನಿನ್ನದೇ ಮೊದಲ ಮನೆ

ನನ್ನಲ್ಲೂ ಇದೇ ಪುಟ್ಟ ಪ್ರೇಮ ಕವಿತೆ
ಸೇರಿಸಿಕೊಳ್ಳುವೆಯ ನಿನ್ನ
ಹೃದಯದ ಕಾವ್ಯ ಸಂಕಲನದೊಳಗೆ

ನಾವು ಒಟ್ಟಿಗೆ ಸೇರುವುದು ಎಂದು?

ರಚನೆ: ಸ್ಟೀನಾಥ್ ಎಂ ವಿ

❖❖❖

ಬೆಂಗಳೂರೆಂಬ ಮಹಾಸಾಗರದಲ್ಲಿ ನಾವು
ಪ್ರತಿಯೊಬ್ಬರೂ ಒಂದೊಂದು ದ್ವೀಪ. ಸಂಚಾರ ಶಾಪ.
ನೆನೆಸಿಕೊಂಡಾಗಲೆಲ್ಲ ಹೋಗಲಾದೀತೆ?ಅಯ್ಯೋ ಪಾಪ!
ಒಂದೆಡೆಯಿಂದ ಮತ್ತೊಂದೆಡೆ ಸಂಚರಿಸಲು-
ಬೈಕು, ಸ್ಕೂಟರ್, ಬಸ್ಸು,
ಕಾರು, ಮೆಟ್ರೊ ಸಾಲುವುದಿಲ್ಲ.
ಮನೋವೇಗಕ್ಕೆ ಕ್ಷಣಕ್ಷಣವು ಅಡಚಣೆಗಳು.
ಕಾಯಬೇಕು, ತೊಂದರೆಗಳ ಸಹಿಸಲೇಬೇಕು.
ಅಳು ಒತ್ತರಿಸಿ ಬಂದರೆ ಅತ್ತುಬಿಡಬೇಕು.
ಹೊರ ಬರಲಿ ಬಿಡು, ನಿಟ್ಟುಸಿರು.
ಒಳಗೇ ಅದುಮಿಡಬೇಡ.
ಏಕೆಂದರೆ, ಮುಂದೊಂದು ದಿನ
ಹೃದಯಾಘಾತವಾದೀತು!
ಮಾತಾಡು, ಸುಮ್ಮನಿರಬೇಡ!
ಮೌನವಾಗಿದ್ದರೆ ಪರಭಾಷಿಕರಿಂದಾಗುವೆವು ನಾವೇ ಪರದೇಶಿ
ನಾವೆಲ್ಲರೂ ಒಟ್ಟಿಗೆ ಸೇರದಿರಲು
ನೂರೆಂಟು ನೆಪಗಳಿರುತ್ತವೆ.ಹಾಗಾಗುವುದು ಬೇಡ!
ನಿಗದಿತ ಸಮಯಕ್ಕೆ, ಪೂರ್ವ
ನಿರ್ಧರಿತ ಜಾಗಕ್ಕೆ ನಾವೆಲ್ಲ ಎಂದು ಸೇರೋಣ?
ಹತ್ತಾರು ನಿಮಿಷ ಆಚೀಚೆ ಅಗಲಿ ಬಿಡು!
ಬಾ ಜೊತೆಗೂಡು ಮುಖತಃ ಮಾತುಕತೆಯಾಡು

ನಿನ್ನೊಳಗೆ ನೀನಾಗಿ

ರಚನೆ: ಮಾಲತೇಶ್ ಎನ್ ಚಳಗೇರಿ

❖❖❖

ಎಲೆ ಕಣ್ಣೆ ಬೇಡುವೆನು ನನ ಮಾತು ಆಲಿಸು
ಬೆಲೆ ಕೊಡುವ ಬೆಲೆ ಇರುವ ಮನಸಿಗರ ತೋರಿಸು
ತಲೆಯಿಂದ ತಾಮಸವ ಕಿತ್ತೊಗೆದು ನಡೆಯಲಿ
ಸೆಲೆಯಾಗಿ ಹರಿಸಿ ಬಿಡು ಸಮರಸವ ಬಾಳಲಿ ||

ಎಲೆ ಹೃದಯ ನೀ ಕೇಳು ಜೀವನದ ನೀತಿ
ನೆಲೆಯಾಗು ನೀಡುತಲಿ ಕ್ಷಮಿಸುವಾ ಶಕ್ತಿ
ತನ್ನೊಳಗೆ ತನ್ನನ್ನು ಹುಡುಕಿದರೆ ಭಕ್ತಿ
ಕ್ಷಮೆಯೊಂದೆ ಅಲ್ಲಿರಲು ಜೀವನಕೆ ಮುಕ್ತಿ ||

ಕರುಣಾಳು ಜೊತೆಗಿರುವ ನಂಬಿಕೆಯು ಇರಲಿ
ನಗುನಗುತ ಸ್ವೀಕರಿಸು ಬರುವುದೆಲ್ಲವು ಬರಲಿ
ಅಂಥ ಶ್ರದ್ಧೆಯ ತೊರೆಯೊ ಅದು ನಿತ್ಯ ಕೊಳಕು
ಆ ದೇವ ಕತ್ತಲೆಯ ಓಡಿಸುವ ಬೆಳಕು||

ಕೈ ಕಚ್ಚೆ ಬಾಯಿಗಳು ಇರುತಿರಲು ಶುದ್ಧ
ನಿನ್ನೊಳಗೆ ನೀನಾಗಿ ಆಗುವೆಯೊ ಬುದ್ಧ ||

ಧೀರತಮ್ಮನ ಸೊಲ್ಲು

ರಚನೆ: ಡಾ.ಸುರೇಶ್ ನೆಗಲಗುಳಿ

❖❖❖

ಆನೆಯಾ ಮೊಗದವನ
ಬೇನೆಯನು ಕಳೆವವನ
ನೆನೆಯುತಿರು ಗಣಪತಿಯ ಚೌತಿಯ ದಿನ
ಧೀರತಮ್ಮನು ನೆನೆವ
ನಾನು ನನ್ನದು ಎನದೆ
ಲೀನವಾಗುತ ಭಜಿಸಿ ಪಡೆಯೆ ಸೊಗವನ್ನ

ಗಣಪತಿಯ ಇದು ಭಜಿಸಿ
ಮಣಭಾರ ನೋವುಗಳ
ತೃಣದಂತೆ ಕಳೆವಲ್ಲಿ ಬಕುತಿಯಿಂದ
ಧೀರತಮ್ಮನು ನಿತ್ಯ
ಋಣಿಯಾಗಿ ತಲೆಬಾಗಿ
ಗಣನಾಯಕನ ಭಜಿಪ ಚಂದದಿಂದ

ಕನ್ನಡವೇ..!

ರಚನೆ: ಬೀರಪ್ಪ ಡಿ.ಡಂಬಳಿ

❖ ❖ ❖

ಕನ್ನಡವೇ ನನ್ನ ಭಾಷೆ
ನನ್ನ ಮನದ ಭಾವರೂಪದಿ
ಸದಾ ಪ್ರತಿಫಲಿಸುವ ಕನ್ನಡಿ.

ಕನ್ನಡವೇ ನನ್ನ ಭಾಷೆ
ಕನ್ನಡಾಂಬೆಯ ಗರ್ಭದಿ ಜನಿತದಿ
ಮಕ್ಕಳ ತೊದಲು ಭಾಷೆಯ ನುಡಿ

ಕನ್ನಡವೇ ನನ್ನ ಭಾಷೆ
ವಿಶ್ವಲಿಪಿಯ ಮಹಾರಾಣಿಯ ಹೆಮ್ಮೆಯದಿ
ನಮ್ಮಗೆಲ್ಲಾ ಹೆಮ್ಮೆಯ ಭಾವನೆಯಡಿ

ಕನ್ನಡವೇ ನನ್ನ ಭಾಷೆ
ಕರುನಾಡಿನ ಪ್ರತಿಯೊಬ್ಬರು ಪ್ರೀತಿ-ಪ್ರೇಮದಿ
ಕನ್ನಡವ ಬಳಸಿ ಸಿದ್ದರಾಗಿ ಮೊದಲಡಿ

ಕನ್ನಡವೇ ನನ್ನ ಭಾಷೆ
ಭಾಷೆ ರಕ್ಷಿಸಲು ಕನ್ನಡಿಗರು ಒಂದಾಗಬೇಕು ಆದಿ
ವಿಶ್ವವ್ಯಾಪ್ತಿಯಾಗಿ ಹರಡಲಿ ನಮ್ಮ ನುಡಿ.

ಅಮರ

ರಚನೆ: ಅಭಿನಂದನ್. ಎಂ

❖❖❖

ಆಧ್ಯಾತ್ಮಿಕತೆಯ ಅನವರತ ಸಾಧಕ
ಪುಟ್ಟರಾಜ ಗವಾಯಿ ಎಂಬ ಆದರ್ಶ ಚಿಂತಕ
ಸಂಗೀತದಲ್ಲಿ ಮಹಾ ದಿಗ್ಗಜ ರೆನಿಸಿ
ವೀರೇಶ್ವರ ಪುಣ್ಯಶ್ರಮವ ವಿಸ್ತರಿಸಿ
ಸಾಹಿತ್ಯ- ಸಂಗೀತದಲ್ಲಿ ಪ್ರಭುತ್ವ ಸಾಧಿಸಿದಿರಿ.
ಅಂಧ- ಅನಾಥರ ಕಣ್ಮಣಿ, ನಟ ರಾಜ್ ರವರಿಗೆ
ಸಂಗೀತ ಕಲಿಸಿ, ಸಂಗೀತವನ್ನೇ ಬದುಕಿನ-
ಉಸಿರಾಗಿಸಿ, ಸರಳ ಬದುಕಿನ,
ಸಮಾಜದ ಏಳಿಗೆಯ ಚಿಂತನೆಯಲ್ಲಿ
ಸಕಲರಲ್ಲೂ ದೇವರನ್ನು ಕಂಡವರು..!
ಸಮಾಜಕ್ಕೆ -ಬೇಡವಾದವರು
ಪುಣ್ಯಶ್ರಮದಲ್ಲಿ ಸಾಧಕರಾದರು..
ಸಾಮಾನ್ಯರು - ಅಸಮಾನ್ಯರಾಗಿ, ಕೀರ್ತಿ ಬೆಳಗಿದರೂ,
ನಗುವಿನ ಒಳಗಣ್ಣಿನಲ್ಲಿ, ಎಲ್ಲವನ್ನು
ಕಂಡು ಎಂದಿಗೂ ಅಮರವಾದಿರಿ.!

ನೆನೆಪಿನ ನವಿಲು ಗರಿ

ರಚನೆ: ಮಂಜುಳಾ ಮುರಳಿ

❖❖❖

ನೆನಪಿದೆಯಾ ಮೊದಲ ಭೇಟಿ
ತಂಪ್ಹೆಳಕಲ್ಲಿ ನೀ ನನ್ನ ನೋಡಿದ ಘಳಿಗೆ
ಹೃದಯದಲಿ ಭಾವಗಳನ್ನು ಮೀಟಿ
ಅಗುಂತಕನಾಗಿ ಬಂದರೂ ಬೆಳೆಯಿತು ಸಲಿಗೆ

ಅಂದು ನೀ ಕೊಟ್ಟ ನೆನಪಿನ ಉಡುಗೊರೆ
ನವಿಲು ಗರಿಯೊಂದು ಇಂದು ನಿನ್ನನ್ನೇ ನೆನಪಿಸಿದೆ
ಕಣ್ಣಿಗೆ ಕಾಣದ ಭಾವವೊಂದು ತುಟಿಗಳನ್ನು ಅರಳಿಸಿರೆ
ಸಂತಸದ ಹಾದಿಯಲೊಮ್ಮೆ ಹೋಗಿ ನಿಂತತಾಗಿದೆ

ಮೋಹದ ಪಾಶದಲ್ಲಿ ಸಿಲುಕಿದೆ ಹೃದಯ
ನಿನ್ನಲ್ಲಿಯೇ ಸಂತೋಷವ ಹುಡುಕುವ ತವಕವೂ
ಇಂದಿಗೂ ಬೆರತಂತೆ ಆಗಿದೆ ತನು ಮನವೂ ಇನಿಯ
ಸನಿಹ ನೀನಿರಲು ಮೊಗ್ಗೊಂದು ಹೂವಾಂತಾಯ್ತು ಹರೆಯ

ನೀ ಸುಳಿಯದ ಅಲೋಚನೆ ಇರದು
ನಾ ನಿನ್ನ ನೆನಪಿಸದ ಭಾವವಿರದು ಹೃದಯದಲ್ಲಿ
ಬಂದೊಮ್ಮೆ ಸಂಭಾಷಿಸು ಕಂಗಳಲ್ಲಿಯಾದರೂ
ನೀನಿರದೆ ಜೀವನ ಯೋಚಸಲೂ ಕೂಡ ಬಾರದು

ಹೆಣ್ಣು

ರಚನೆ: ಶ್ರುತಿ ಬಸವರಾಜ ಕೋಚರಿ (ಗುಪ್ತಗಾಮಿನಿ)

❖ ❖ ❖

ಸೂರ್ಯನಿಗೂ ಮುನ್ನ ಏಳುವೆ ನೀನು..
ಮನೆಯ ಶುದ್ಧಗೊಳಿಸುವೆ..
ಮನವ ಶುದ್ಧಿಗೊಳಿಸುವೆ..

ಮನೆಯಂಗಳಕ್ಕೆ ರಂಗೋಲಿಯಿಡುವೆ..
ಮನದಂಗಳಕೆ ಬಣ್ಣವ ತುಂಬುವೆ..
ಮನೆಯ ದೇವರ ಪೂಜಿಸುವೆ..
ಮನದ ದೇವರ ಆರಾಧಿಸುವೆ..

ತುಳಸಿಯ ಪೂಜಿಸಿ
ಮನದ ಕೊಳೆಯ ತೊಳೆಯುವೆ..
ಭಕ್ತಿಯ ಆಗರ ನೀನು..
ಪ್ರೇಮದ ಒರತೆ ನೀನು..

ಸುಂದರ ಮನದವಳು ನೀನು
ಮನೆಯ ಖುಷಿಗಾಗಿ
ನಿನ್ನಾಸೆಗಳ ಬದಿಗೊತ್ತಿ
ನಗುವೆ ನೀನು-ಹೆಣ್ಣು!!

ಮಸಣದೆಡೆಗೆ

ರಚನೆ: ಶಿವಯ್ಯ ಚರಂತಿಮಠ

❖❖❖

ಮಟಮಟ ಮಧ್ಯಾಹ್ನದಾಗ,
ಕಾದ ಹಂಚಾದ ರಸ್ತೆ ಮೇಲೆ
"ಅವ್ವಾ, ಅಪ್ಪಾ, ಶಿವಪ್ಪಾ", ಅಂತ
ನಾಯಿಯಂಗ ಜೊಲ್ಲು ಸುರಿಸುತ್ತಿದ್ದ.
"ಮುಂದೆ ಹೋಗ್, ನಡಿ "ಅಂತಿದ್ದರು ಜನ.

ಹಿಂದೊಮ್ಮೆ ಭೇಟಿಯಾದಾಗ,
ಕರಿ ಮಂಗ್ಯಾನಂಗ ಕಣ್ ಪಿಳಿಪಿಳಿ
ಬಿಡುತ್ತಿದ್ದ." ಹಮಾಲಿ "ಅಂದ ಕೂಡಲೆ
ಗಂಟು ಹೊರುತ್ತಿದ್ದ,ಮುಗ್ಗರಿಸುತ್ತಿದ್ದ.
ಹತ್ತುರೂಪಾಯಿ ಕೊಟ್ಟರೆ ಹೋಗಿಬಿಡುತ್ತಿದ್ದ.

ಮತ್ತೊಮ್ಮೆ ಭೇಟಿಯಾದಾಗ,
ರುಂಡ, ಮುಂಡ, ತುಂಡು ತುಂಡು ಮಾಡಿ
ಚುಚ್ಚಿ ಚುಚ್ಚಿ ತಿನ್ನುತ್ತಿದ್ದವು ಹದ್ದುಕಾಗೆಗಳು.
ಇರುವೆ, ನೊಣದ ಗುಂಪಿನೊಳಗ
ಹೆಣದ ಜೀವ ತೇಲಿ ತೇಲಿ ಹೋಗುತ್ತಿತ್ತು.

ಇರುಳು

ರಚನೆ: ಪ್ರಿಯಾಂಕ ಎಸ್ ಪಾಟೀಲ

❖ ❖ ❖

ಬಾನಲಿ ತುಂಬಿಹ ಚಂದಿರ ತಾರೆ
ವಿನಯದಿ ಬಂದು ತೇಲುತಿವೆ
ಇರುಳಿಗೂ ಬೇಕೇ ವಿಶ್ರಾಂತಿ
ಬೆಳದಿಂಗಳ ಜೋತೆಗೂಡಿ
ಪರದೆಯ ಸರಸಿ ಕಿಡಕಿಗೆ
ತಣ್ಣನೆ ಗಾಳಿಯ ಕಚಗುಳಿ
ಒರಗಿ ಕುಳಿತೆ ಗೋಡೆಗೆ
ನೂರಾರು ಕನಸಿನ ಅಲೆ
ಚಿತ್ತಾರವಾಗಿ ಬಾನಲಿ ಕಂಡು
ಬೆಚ್ಚನೇ ಮೂಡಿವೆ ಮನಸಲಿ
ನಗೆ ಮುಖದಲಿ ಗರಿ ಸೋಕಿ
ತನುವನು ನಿದ್ರೆಗೆ ಜಾರಿಸಿದೆ

ಆ ಮಧುರ ಕ್ಷಣಗಳು.

ರಚನೆ: ಶಿವರತ್ನಕುಮಾರ್ ಆರ್ ಪಾಟೀಲ್

❖ ❖ ❖

ನೆನಪುಗಳ ಸವಿದೇನು ನಾನು
ನೆನೆದು ನಗುವಿದೆ ಮೊಗದಲಿ
ಕಣ್ಣಲಿ ತುಂಬಿಹ ಹೊಸಗನಸು
ಮನದಲಿ ಕುಣಿದು ತನಿಸುತಿದೆ
ಕಾಣದ ಹೊಸತು ಕಲಿಸುವ
ಮಯ್ಯನೆ ಮರಿಸಿ ನಲಿಸಿದೆ
ಮೊಂಡು ನೆಪಗಳ ಕಾರಣ ಹೇಳಿ
ನನ್ನನೇ ಕದ್ದು ಒಯ್ಯುತಿವೆ
ಕಾಲಿನ ಗೆಜ್ಜೆ ಹೆಜ್ಜೆಯ ಧ್ವನಿಗೆ
ನಾದವೇ ಸೋತು ಮಾಗುತಿದೆ
ಹೇಳಲಿ ಏನು ಮಾಡಲಿ ಏನು
ಮುಗುಳು ನಗೆಯಲಿ ತೆಲುತಿಹೆ
ಪ್ರೀತಿಯ ಅಲೆಯಲಿ ತೇಲಿಸಿ ನನ್ನ
ಮಧುರ ಸುಖವ ನೀಡುತಿದೆ

ಕನಸು ನನಸಾಗದ ಬದುಕು

ರಚನೆ: ಸವಿತಾ.ಪ.ಚರಂತಿಮಠ

❖ ❖ ❖

ಗರ್ಭದಲ್ಲಿ ಇದ್ದಾಗ ತಾಯಿಗೆ ತವಕವಾ ತಂದಳು
ಗರ್ಭದಿಂದ ಆಚೆಗೆ ಬಂದಾಗ ಹೆಣ್ಣೇ ಎಂಬ ತಾತ್ಸಾರ ಆದಳು
ಬೆಳೆದಳು ತಾಯಿಗೆ ತಾಯಿ, ಬೆಳೆದಳು ತಂದೆಗೆ ಹೆಗಲಾಗಿ
ಅಣ್ಣತಮ್ಮಂದಿರಿಗೆ ಬೆನ್ನು ತಟ್ಟಿ ನಿಂತಳು
ಯೌವ್ವನ ವಯಸ್ಸು ಮನಸ್ಸಲ್ಲಿ ನೂರೆಂಟು ಕನಸು
ಕನಸು ಕಮರಿತು ಮನಸ್ಸು ಕುಗ್ಗಿತು
ಕೊರಳು ಬಾಗಿತು ಬಾಗಿದ ಕೊರಳಿಗೆ ಕರಿಮಣಿ ಏರಿತು
ಯಾರದೋ ಒತ್ತಾಸೆಗೆ ಬದುಕು ಬಲಿಯಾಯಿತು
ಹೆಣ್ಣು ಹೆಣ್ಣೇ ಎಂಬ ಶಬ್ದವಾಗಿ ಉಳಿಯಿತು
ಮಗು ವಯಸ್ಸಿಗೆ ಮಗುವಾಗುವ ಹೊತ್ತಾಯಿತು
ಒಂದು ಹೆಣ್ಣು ಇನ್ನೊಂದು ಜೀವಕ್ಕೆ ಜೀವವಿತ್ತಿತ್ತು
ಹೆಣ್ಣು ಹೆಣ್ಣೇ ಎಂಬ ಶಬ್ದವಾಗಿ ಉಳಿಯಿತು
ಕೊನೆಗೂ ತಾ ಕಂಡ ಕನಸು ನನಸಾಗಲಿಲ್ಲ
ಭರವಸೆಗಳ ಹಾದಿ ಅವಳ ಪಾಲಿಗೆ ಉಳಿಯಿತ್ತಲ್ಲ
ಕನಸು ನನಸಾಗಲಿಲ್ಲ.

ಎಲೇ ಮಾನವ

ರಚನೆ: ಮೊಹಮ್ಮದ ಸಲೀಮ.ಎಂ.ಮುಲ್ಲಾ

❖❖❖

ನಾ ಮೇಲೂ ನೀ ಮೇಲೂ
ಅಂತ ನೀ ಮೆರಿತಿ
ನಿನ್ನ ಮೈಯಾಗಿನ ರಕ್ತ
ಕೆಂಪ ಅಂತ ನೀಂಗ ಗೊತ್ತೈತಿ||
ಆದ್ರೂ ಆ ಜಾತಿ ಈ ಜಾತಿ
ಅಂತ ಜಗಳ ಮಾಡತಿ
ಎಲೇ ಮಾನವ ನೀ
ಯಾವಾಗ ಸುಧಾರಸ್ತಿ||

ಹುಟ್ಟುವಾಗ ಈ ಜೀವ
ಬರಗೈಲಿ ಬಂದೈತಿ
ಸತ್ತಾಗ ಈ ಜೀವ
ಬರಗೈಲಿ ಹೋಗತೈತಿ||
ದಿನಕ್ಕೆ ಒಂದು ಒಳ್ಳೆಯ ಕೆಲಸ
ಮಾಡುವ ತತ್ವಾನ ನೀ ಯಾವಾಗ ಪಾಲಸ್ತಿ
ಆಗ ನೀ ಮಾನವ ಕುಲಕ್ಕ
ಒಂದು ಒಳ್ಳೆಯ ದಾರಿದೀಪ ಆಗತಿ||

ನಿರಾಸೆ

ರಚನೆ: ಶ್ರುತಿ ಬಗಲಿ

❖❖❖

ಆಸರೆ ಆಗಿದ್ದ ಕೈಗಳೇಕೋ ಇಂದು ಬೇಸರಗೊಂಡಿವೆ...
ಮುದ ನೀಡುವ ಮನಸೇಕೋ ಇಂದು ಮುನಿಸಿಕೊಂಡಿದೆ...
ಸಹನೆಯಿಂದಿದ್ದ ಹೃದಯವೇಕೋ ಇಂದು ಸಿಡಿದೆದ್ದಿದೆ..
ನಗೆ ಬೀರುವ ಮೊಗವೇಕೋ ಇಂದು ಮುದುಡಿಕೊಂಡಿದೆ..
ಭಾರ ಹೊತ್ತ ಹೆಗಲೇಕೋ ಇಂದು ಬಂಧಿಯಾಗಿ ಕುಳಿತಿದೆ..
ಹಿತ ನೀಡುವ ತೋಳುಗಳೇಕೋ ಇಂದು ಹತಾಷೆಗೊಂಡಿವೆ..
ಓ ಮನವೇ ಮಾತಾಡು ಒಮ್ಮೆ ಮನವ ಬಿಚ್ಚಿ
.ಸಾಯಿಸಬೇಡ ನನ್ನಯ ಆಸೆಗಳೆಲ್ಲ ಕೊಚ್ಚಿ ಕೊಚ್ಚಿ

ಸೌಂದರ್ಯ

ರಚನೆ: ಗೀತಾ ಬಿ ಬೇರಡ

❖❖❖

ಸೌಂದರ್ಯವೆಂದರೆ ನೋಡುವ ನೋಟವಲ್ಲ,
ವ್ಯಕ್ತಿಯ ವ್ಯಕ್ತಿತ್ವದ ವಿಕಸನವಲ್ಲವೆ?
ಶಾಂತ ನಿಲುವಿನ ನಿಷ್ಕಲ್ಮಶ ನಗುವದು
ಹೊಳೆವ ಕಣ್ಣಿನ ಮಿಂಚು ಎದೆಬಡಿತವಲ್ಲವೆ..

ತಂಗಾಳಿ ತಂಬೆಲರಿನ ನಡುವಿನ ನಂಟು
ಹೃದಯಾರವಿಂದದಲಿ ಹರಡುವ ಬಿಂದು,
ಮೃದು ಮನಸನು ಮುಟ್ಟಿ ನಗುವ ಸಿಂಧು
ನಶಿಸುವ ರೂಪ ಲಾವಣ್ಯವ ಕೊಲ್ಲುವ ಬೆಳಕು..

ಮಾತಿನ ಮಹತ್ವವೋ ಮನದ ಸೌಮ್ಯತೆಯೊ
ನಿಜದ ನೈಜತೆಯೊ ಪ್ರೀತಿ ಸಾಫಲ್ಯವೊ,
ಗುಣದ ಗಾನವದು ಗಮ್ಯದಲಿ ಗಮನ ಸೆಳೆವುದು
ಮರಭೂಮಿಯ ಓಯಾಸಿಸ್ಸದು ಕಣ್ಮನಕೆ ಆನಂದ ತರುವುದು.

ಪ್ರಕೃತಿಯ ಸೌಂದರ್ಯ

ರಚನೆ: ಸುರೇಶ ಲಮಾಣಿ

❖❖❖

ಹಸಿರು ಗಾವಿಯಲಿ ಹೊಳೆಯುವ ಹೂವು,
ಮನಸಿಗೆ ಹಚ್ಚುವ ಮಧುರ ಸೊಬಗು.

ನದಿ ಹರಿವ ನಾದ ಮೃದುಮೃದು ತಾಳ,
ಜೀವನದಲಿ ಮೂಡಿಸುವ ಮಾಯಾ ಕಮಲ.

ಪರ್ವತ ಶಿಖರ ಮುಟ್ಟುವ ನಭೋಮಂಡಲ,
ಧೈರ್ಯವ ಕಲಿಸುವ ನಿಶ್ಚಲ ಕವಚ.

ಕೋಗಿಲೆಯ ಗಾನ ಮಧುರ ರಾಗ,
ಹೃದಯವಲಿ ಮೂಡಿಸುವ ಸೊಗಸಾದ ಭಾವ.

ಸೂರ್ಯೋದಯದ ಕಿರಣದ ಬೆಳಕು,
ಹೊಸ ಕನಸುಗಳಿಗೆ ನೀಡುವ ಚೈತನ್ಯವು.

ಪ್ರಕೃತಿಯ ಸೌಂದರ್ಯ ಅನಂತ ಖಜಾನೆ,
ಅವಳ ರಕ್ಷಣೆಯೇ ನಮ್ಮ ಧರ್ಮವೆ.

ಜೀವದ ಗೆಳತಿ

ರಚನೆ: ಗುಡುಸಾಬ್ ಎಂ ನದಾಫ್

❖❖❖

ನನ್ನ ಜೀವದ ಉಸಿರಿನಲಿ. ಉಸಿರಾಗು ಬಾ
ನನ್ನ ಬಾಳ ಬಂಗಾರ ಬೆಳಕಾಗಿ ಬಾ
ಇನ್ನು ವರೆಗೆ ನಾ
ಹುಡುಗಿಯರನ
ನೋಡಿಯೇ ಇಲ್ಲ. ನಿನ್ನ ನೋಡಿದ ಕ್ಷಣವೇ
ಮರುಳಾದೆ ನಾ
ನಿನ್ನ ಆ ಮುಂಗುರುಳ ನೋಟವು
ನನಗಿರಲಿ
ನಿನ್ನ ನೋಡಿದ ಚಂದಿರ ನಗುತಾನೆ
ನಿನ್ನ ನಗೆಯ ಮೊಡಿಯಲಿ ತೇಲು ತಾನ
ಆ ನಗೆ ನೋಟವು ನನಗಿರಲಿ
ಬಾಳ ಬಂಗಾರ ಬೆಳಕಾಗಿ ಬಾ

ಜ್ಞಾನಾನುರಾಗಿ

ರಚನೆ: ಶ್ರೀದೇವಿ ಎಂ ಬಡಿಗೇರ್

❖❖❖

ಓದು , ಓದುವುದರಲ್ಲಿ ಅಚ್ಚುಕಟ್ಟಾದವರು...
ಜನರ ಮೂಢನಂಬಿಕೆಯ ಚಟ್ಟ ಕಟ್ಟಿದರು...
ಜ್ಞಾನದ ದಾಹದಿಂದಲೇ ಪದವಿಯ ಮೇಲೆ ಪದವಿ ಪಡೆದರು...
ಜಾತಿ ಎಂಬ ತಂತಿಯನ್ನು ತಿರಿಗಿಸಿ ಕಟ್ಟಿದವರು...
ಅಕ್ಷರಗಳ ಬಾನವಾಗಿಸಿ ಪ್ರಯೋಗ ಮಾಡಿಬಿಟ್ಟರು...
ಮನುಷ್ಯನೆಂಬ ಜಾತಿಗೆ ಜ್ಞಾನದ ಜ್ಯೋತಿಯನ್ನು ಹಚ್ಚಿದವರು...
ಕುರುಡುತನ ಹೋಗಿಸಲೆಂದು ಕರಡು ಸೃಷ್ಟಿಸಿದವರು...
ಬಲ್ಲವರ ಬಲವನ್ನು ಕಾಯ್ದೆಯಲ್ಲಿ ಮುರಿದವರು...
ಅಧರ್ಮದ ದಾರಿಯಲ್ಲಿ ಕಲಂಗಳ ಸಲಾಕೆ ಹಾಕಿದರು...
ಬಲಕ್ಕಿಂತ,ಹಣಕ್ಕಿಂತ ಜ್ಞಾನ ಹೆಚ್ಚೆಂದು ಸಾಬೀತು ಮಾಡಿದರು...
ಜನರ ಕೂಗಿಗೆ ಹಿಗ್ಗದೆ ಜ್ಞಾನಕ್ಕೆ ಅನುರಾಗಿಯಾಗಿಯೇ
ಉಳಿದವರು ನಮ್ಮ ಅಂಬೇಡ್ಕರ್

ಗೆಲುವು

ರಚನೆ: ಭಾರತಿ ಬಗಲಿ

❖❖❖

ಗೆಲುವೇ ನೀನೇಷ್ಟು ಕ್ರೂರಿ
ನಿನ್ನ ಸನಿಹಕೆ ಬಂದಷ್ಟು ನೀ
ಹೋಗುವೆ ನಮ್ಮನ್ನು ಗಾಳಿಗೆ ತೂರಿ
ಬಿಗಿದಪ್ಪಿಕೊಳ್ಳಲು ಬಂದಾಗ ಹೋಗುವೆ ನೀ ಜಾರಿ
ಗೆದ್ದೇ ಗೆಲ್ಲುವೆ ಒಂದು ಸಾರಿ
ಸೋಲೆ ಗೆಲುವಿಗೆ ಮೊದಲ ದಾರಿ
ಸೋತು ಗೆಲ್ಲುವ ಅನುಭವನೇ ಚಂದಾರಿ
ಸೋತಾಗ ಕುಗ್ಗದಿರಿ
ಗೆದ್ದಾಗ ಹಿಗ್ಗದಿರಿ, ವಿಜಯ ಪತಾಕೆಯೊಂದಿಗೆ ಮುನ್ನುಗ್ಗಿರಿ

ಮಧು ಚಂದ್ರಿಕೆ

ರಚನೆ: ಮಂಗಲಾ .ಡಿ. ಉಪಾಧ್ಯ

❖ ❖ ❖

ಇರುಳ ಕನಸಿಗೆ ಜೊತೆಯಾದ ಮಧು ಚಂದ್ರಿಕೆ
ಹೂ ನಗೆಯ ಚೆಲ್ಲುತ್ತಾ ಬಂದಳು ಹೃದಯಕೆ
ಒಲವ ಮೃಷ್ಟಾನ್ನ ಉಣ
ಬಡಿಸಿದಳು
ಮುಚ್ಚಿದ ನಯನದಲೂ ಕಾಡಿದಳು
ಎದೆಯಲ್ಲಿ ನಿನ್ನ ಹೆಜ್ಜೆಯ ಅಚ್ಚಾಗಿದೆ
ಗೆಜ್ಜೆಯ ಘಲ್ ಮೀಟುತಿದೆ
ಸ್ವಪ್ನದಲ್ಲಿ ಸಂಮೋಹಿನಿಯಾದೆ
ನಸುಕಿನಲ್ಲಿ ಸಿಹಿ ನೆನಪಾದೆ
ಅಗೋಚರ ಛಾಯೆ ನೀನು ಮಾಯೆ
ಚಿತ್ತ ಕೆಡಿಸುವ ಚಂಚಲೆ
ಸೌಂದರ್ಯದ ಗಣಿ ಬೆಳದಿಂಗಳ ಚೆಲುವೆ
ಕಲ್ಪನೆಯ ಹೊನಲಲ್ಲಿ ಬಂದವಳು
ಕವಿ ಹೃದಯ ಗೆದ್ದವಳು
ಹೊಳೆಯುವ ಕಾಂತಿ ಅವಳು
ಸುಂದರ ಕನಸಿಗೆ ನಾಂದಿಯಾದಳು

ಇದು, ನ್ಯಾಯವೇ ದೇವಾ.

ರಚನೆ: ಪದ್ಮಾವತಿ

❖❖❖

ಹೆಂಡತಿ ಸತ್ತರೆ ಗಂಡನಿಗೆ ಮದುವೆ
ಗಂಡ ಸತ್ತರೆ ಹೆಂಡತಿ ವಿಧವೆ
ಇದು ಯಾವ ನ್ಯಾಯ.. "ಹೇ, ದೇವಾ"!

ವಿಧವೆಯ ಕಷ್ಟ ನೀ ಬಲ್ಲೆಯಾ
ಶುಭ ಕಾರ್ಯಕ್ಕೆ ಅಶುಭ ಎಂದು ಕರೆಯುವವರು ಅವಳನ್ನ
ದಾರಿಯಲ್ಲಿ ಕಂಡರೆ ಮುಂಡೆ ಎಂದು ನಿಂದನೆ ಮಾಡುವವರು ಅವಳನ್ನ
ಇದು ಯಾವ ನ್ಯಾಯ "ದೇವಾ"!

ಹಣೆಯ ಮೇಲೆ ತಿಲಕ ಬಿಟ್ಟಳು
ಹಸಿರು ಬಳೆಯ ಬಿಟ್ಟು ಕಡಗ ಧರಿಸಿದಳು
ಕಂಡ ದೇವರಲ್ಲಿ ಕಣ್ಣೀರು ಇಟ್ಟು
ವಿಧವೆಯ ಪಟ್ಟ ಕೊಟ್ಟೆಯ "ಹೇ,
ದೇವಾ" ಎಂದು ಕಲಕುವಳು!

ಕೊಟ್ಟು ಬಿಡು ದೇವಾ ಮುಪ್ಪಾಗುವರೆಗೂ ಮುತ್ತೈದೆತನವ
ಇಲ್ಲದಿದ್ದರೆ ಮುತ್ತೈದೆ ಇರುವಾಗಲೇ ತೆಗೆದುಕೋ ಹೆಣ್ಣಿನ ಪ್ರಾಣವ!

ಕಷ್ಟ ಕೊಟ್ಟರೆ ಕೊಡು ದೇವಾ ಆದರೆ
ಈ ವಿಧವೆಯ ಪಟ್ಟ ಯಾವ
ಹೆಣ್ಣಿಗೂ ಬೇಡಾ ಈ ಕಷ್ಟವು
ಏಕೆ..? ಹೆಣ್ಣಿಗೆ ಇಷ್ಟೊಂದು ಕಷ್ಟವು..!

ಹೀಗೆ ಹೋಗದಿರು

ರಚನೆ: ಹಾ.ಮ ಸತೀಶ ಬೆಂಗಳೂರು

❖❖❖

ಹೀಗೆ ಹೋಗದಿರು ಚೆಲುವ ನನ್ನೊಲವ ತ್ಯಜಿಸುತಲೆ
ಮೌನ ಕಂಬನಿ ಸುರಿಯೆ ಕುಳಿತಲ್ಲಿಯೆ
ಬದುಕೆಲ್ಲ ಸೋಲುವುದು ಸೋಲಿನಲಿ ಗೆಲುವಿಹುದೆ
ನನ್ನಂತರಂಗದೊಳು ಬಲವಿಲ್ಲದೆ

ನನಸ ಅಂಗಳವೇರಿ ಕನಸುಗಳ ಹುಡುಕುತಿರೆ
ಮರೆಯಾಗಿ ಹೋಗದಿರು ನನ್ನ ಬಿಟ್ಟು
ಹೇಳಲಿರುವೆನು ಇಲ್ಲಿ ನೂರಾರು ಕತೆಗಳಿರೆ
ನಿನ್ನೊಳಗೆ ನಾನಿರಲು ಮೌನ ಬಿಟ್ಟು

ಹೃದಯದಾಳದಿ ಚಿತೆಯು ಧಗ ಧಗಿಸಿ ಉರಿಯುತಿರೆ
ಬರಸೆಳೆದು ತಬ್ಬುವವ ನೀನೊಬ್ಬನೆ
ಬಹು ಬೇಗ ಬಂದು ಬಿಡು ನನ್ನ ಒಲವಿನ ಹೂವೆ
ನಿನಗಾಗಿ ಕಾದಿರುವೆ ಒಬ್ಬಂಟಿ ನಾನೆ

ಮುದುಡಿದ ತಾವರೆ

ರಚನೆ: ರವಿ ಶಿ ಮೂಲಿಮನಿ

❖ ❖ ❖

ಕಳೆದು ಹೋದ ಸಮಯದಲಿ
ಅರಳಿದ ಹುದುಂಬಿ ನೀನು
ಕಳೆದು ಕೊಂಡ ಸಮಯದಲ್ಲಿ
ಮಳೆಯ ಹನಿ ನಾನು
ಮಳೆಯು ನಿಂತಿಹುದು ಹೂವು ಚಿಗುರಿದು
ಮೋಡ ಕವಿದಿದು ಹೂವು ಬಾಡಿದಿದು
ಮುಂಜಾವು ಮಂಜಿನ ಹನಿ ಮರಳಿ ಬರುವುದು
ಬಾಡಿದ ಹೂವು ಅರಳದು .
ಅಳಿದು ಹೋದ ಸಮಯದಲ್ಲಿ
ಅಳಿಸಿ ಹೋದವಳು ನೀನು
ಮತ್ತೊಮ್ಮೆ ಬರುವೆಯಾ
ನೀನು ಹುದುಂಬಿಯ ಹಾಗೆ
ನಾ ಕಾಯುತಿರುವೆ ಮಳೆಯ ಹನಿಯ ಹಾಗೆ
ಮೌನಗಳ ಕವಿತೆ....

ಸವಿಗನ್ನಡ

ರಚನೆ: ಕೃಷ್ಣಕವಿ

❖ ❖ ❖

ಕಿವಿಯ ತಲುಪಲು ಮಧುರ ಕನ್ನಡದ ಇಂಪು,
ಮೈಮನದ ತುಂಬೆಲ್ಲ ಕೊಡಗಿನದೆ ತಂಪು!

ಲಿಪಿ ಚೆಂದ, ಧ್ವನಿ ಅಂದ ಸಂಗೀತದಂತೆ,
ಒಂದೊಂದು ಅಕ್ಷರವು ಬಿರಿದ ಮಲ್ಲಿಗೆಯಂತೆ.
ಪೋಣಿಸಿ ತಂದರೆ ಕನ್ನಡದ ಮಲ್ಲಿಗೆಯ ಮಾಲೆ,
ಇಳಿದು ಬರಲೇನು ಒಲಿದು ಬೇಲೂರ ಬಾಲೆ?

ನಾಲಿಗೆಯು ತಿರುಗಿದರೆ ಕನ್ನಡದ ದಾರಿಯಲಿ,
ಕಣ್ಣುಗಳು ಮೆರೆಯುವವು ಬೇಲೂರಿನಲ್ಲಿ,
ದಾಸರಾ ಪದಗಳು ಮೊಳಗುವವು ಕಿವಿಯಲ್ಲಿ,
ಮನವು ಮೈಮರೆಯುವುದು ಬನವಾಸಿಯಲ್ಲಿ.

ಕಬ್ಬಿಣದ ಕಡಲೆಯಲ್ಲವಿದು ಸವಿ ಬೆಂದ ಕಾಳು,
ತಿಂದು ಬಾಯ ಚಪ್ಪರಿಸದಿದ್ದರೆ ಆಗ ಕೇಳು!
ಸುತ್ತಿ ಬಂದರೆ ಒಮ್ಮೆ ನಮ್ಮ ಕನ್ನಡದ ನಾಡು,
ಎದೆಯಲ್ಲಿ ಚಿಮ್ಮುವುದು ನೂರೆಂಟು ಹಾಡು!

ಮನಸ್ಸಿನ ಕನಸು

ರಚನೆ: ಅಪರ್ಣಾ ಕುಲಕರ್ಣಿ

❖❖❖

ಮನದಾಳದ ಕನಸುಗಳು
ತುಸು ನಿದ್ದೆಯಲ್ಲಿ ಕಾಡುತ್ತಿವೆ
ನನಸಾಗಿಸುವೆ ಎಂಬ ಆಸೆ ನನ್ನದಾಗಿದೆ.
ನೀ ದೂರ ಹೋದಷ್ಟು ಹಠ ಜಾಸ್ತಿಯಾಗಿದೆ
ಗೆಲ್ಲುವ ಆಸೆ ಈಗ ಹೆಚ್ಚಾಗಿದೆ
ದೇವರ ಆಟ ನನಗೆ ಈಗ ಕಾಟ
ಬಹುದಿನದ ಆಸೆಗಳು, ತುಸುಮರೆಯಾಗಿವೆ.
ಪ್ರಯತ್ನಕ್ಕೆ ಪರಿಶ್ರಮ ಬೇಕು
ಭಯಕ್ಕೆ ಭರವಸೆ ಬೇಕು
ನನಗೆ ಈಗ ಈ ಕನಸುಗಳು ನನಸಾಗಬೇಕು.

ಭಾವವೆಂದರೇನು..!

ರಚನೆ: ವೀಣಾ ಶಿಂದೋಗಿ

❖ ❖ ❖

ಒಲವ ತೋರುವ ಮೌನವೇ?
ಸನಿಹ ಬಯಸದ ಕಾವ್ಯವೇ?
ಸೋನೆಯಲಿ ಘಮಿಸುವ ಅಂತರಂಗವೇ?
ಜಗದ ನಾಟ್ಯಕೆ ಬೆರಗಾದ ಏಕಾಂತವೇ?
ಒಳಿತಿನೋಚನೆಯ ಗೌಪ್ಯತೆಯೇ?
'ನಾನೆಂಬು'ದಿಲ್ಲದ ನಿಸ್ವಾರ್ಥತೆಯೇ?
ಯಶಸ್ಸಿಗೆ ಹೋರಾಡುವ ಗಟ್ಟಿತನವೇ?
ತಾತ್ಸಾರಕ್ಕೆ ತಾಳ್ಮೆಗೆಡದ ಸಾಹಿತ್ಯವೇ?
ಕಡಲ ಶೃಂಗರಿಸುವ ಕವಿತೆಯಲೆಯೇ?
ಬಿಟ್ಟು ಹೋದವರ ಕಿರುಬೆರಳ ಸ್ಪರ್ಶವೇ?
ಭಾವ; ಮಿಡಿತಗಳ ಬೆಸುಗೆಯೇ?
ಭಾವ; ಜೀವಗಳ ಮಿಲನವೇ?

ಅವಳೆಂದರೆ

ರಚನೆ: ಪಿ. ವೆಂಕಟೇಶ್ ಬಾಗಲ್ವಾಡ್

❖❖❖

ಹೊತ್ತು ಹೊತ್ತಿಗೆ ತುತ್ತ ಉಣಿಸಿದವಳು
ಅತ್ತು ಕರೆದು ಬಾಯಲ್ಲಿ ಇಡುವಳು
ಮತ್ತೆ ಮತ್ತೆ ಕರೆದು ರಮಿಸುವಳು
ಎತ್ತ ಹೋದರೂ ಹುಡಿಕಿ ಉಣಿಸುವಳು
ಅವಳೆಂದರೆ ನನ್ನ ತಾಯಿ

ನನ್ನೊಡನೆ ಕುಂಟಪಿಲ್ಲೆ ಆಡಿದಾಕೆ
ನನ್ನ ಕೈಹಿಡಿದು ತಮ್ಮನೆಂದು ಹೇಳಿದಾಕೆ
ನನ್ನೊಡನೆ ಹುಸಿ ಜಗಳ ಮಾಡಿದಾಕೆ
ಕಣ್ಣಲ್ಲಿ ಕಣ್ಣಿಟ್ಟು ನನ್ನ ಗಮನಿಸಿದಾಕೆ
ಅವಳೆಂದರೆ ನನ್ನ ಅಕ್ಕ

ಅಂದು ನನ್ನ ಕೈಹಿಡಿದು ಬಂದಾಕೆ
ಬೆಂದು ಬಸವಳಿದರೂ ನನ್ನ ಬಿಡದಾಕೆ
ಅಂದುಕೊಂಡಂತೆ ಮನ ತುಂಬಿದಾಕೆ
ಎಂದಿಗೂ ಕಷ್ಟ-ನಷ್ಟ ಹಂಚಿಕೊಂಡಾಕೆ
ಅವಳೆಂದರೆ ನನ್ನ ಮಡದಿ

ನನ್ನ ತಾಯಿ ರೂಪದಲಿ ಹುಟ್ಟಿದಾಕೆ
ನನ್ನಪ್ಪ ಎಂದು ಬಯ್ದರೂಅಪ್ಪಿದಾಕೆ
ಅಮ್ಮನಿಗಿಂತಲೂ ನನ್ನ ನೆಚ್ಚಿದಾಕೆ
ಸುಮ್ಮನೆ ನನ್ನ ಮಗಳು ಎಂದರೆ ಸಾಕೆ ?
ಅವಳೆಂದರೆ ನನ್ನ ಮಗಳು

ಮುತ್ತಾಗಿ ಜನಿಸಿದ ಪ್ರೇಮ

ರಚನೆ: ಅನುರೂಪ ಅರಳಿ

❖❖❖

ತನ್ನೊಡಲ ತಾರೆ ಚೆಲ್ಲಿ
ಭುವಿಯನ್ನ ಶೃಂಗರಿಸುವಾಸೆ
ಸ್ವಾತಿಮುತ್ತಿನ ಮಳೆ ಸುರಿಸಿ
ಅದರಲ್ಲಿ ಎಳೆಪ್ರೇಮವ ಮುಚ್ಚಿಟ್ಟಿತು.
ಮೌನದಿ ಮುತ್ತಿಕ್ಕಿ ಪ್ರೀತಿಯ ನಿವೇದಿಸಿತು.

ಭುವಿಗೆ ಮುಗಿಲ ಮಡಿಲಲಿ ಮಲಗಿ
ನಲಿಯುವ ನಕ್ಷತ್ರ ಎಣಿಸುವಾಸೆ
ಕಡಲಾಳದಿ ತಿಳಿಪ್ರೇಮವ ಚಿಪ್ಪಿನೊಳಗೆ ಬಚ್ಚಿಟ್ಟಿತು.

ಅದೇ ಮಿಂಚಿನ ಓಟ
ಅದೇ ಅಲೆಗಳ ಅಬ್ಬರ

ಮಧ್ಯ ಭಾವನೆಗಳ ಬಂಧ ಬಿಗಿಯಾಗಿತ್ತು
ನಿಷ್ಕಲ್ಮಶ ಪ್ರೀತಿಗೆ ಗೆಲುವಾಗಿ
ಮುತ್ತೇ ಕಡಲೊಡಲಲಿ ಜನಿಸಿತ್ತು
ರಂಗೇರಿದ ಬಾನಿಗೆ ಕಿರಣವೇ ಅಲ್ಲಿ ಸಾಕ್ಷಿಯಾಗಿತ್ತು.

ಭಿನ್ನರಾಶಿ

ರಚನೆ: ಅಮರೇಗೌಡ ಪಾಟೀಲ

❖❖❖

ದುಡಿದು ತಿನ್ನೋ ಸಾಮರ್ಥ್ಯ-
ವಿರದ;
ನಪುಂಸಕ ಪಡೆಯ
ಮಧ್ಯದಲಿ ನಾವಿದ್ದೀವಿ ಸಭ್ಯರಂತೆ!

ಪರನಾರಿ ಸಹೋದರ-
ರಾಗದೆ;
ಬಕ ಪಕ್ಷಿಯಂತೆ
ಮುಕ್ಕಲು ನಿಂತಿದ್ದೀವಿ ಸೋಗಿನಲಿ!

ರಾಜಕೀಯ ಧೂಳಿಯಲಿ ಮಿಂದೆದ್ದ
ನಮ್ಮಾಸೆಗೆ;
ನಂಜು ನರ್ತಿಸುವ ಲಾಲಸೆ
ನಮ್ಮದೇ ವೈಭವದ ನಾಡೊಳು!

ಬದುಕಿದಂತಿಹ ನಾವು
ಭಿನ್ನರಾಶಿ;
ನಮ್ಮಿರುವು ನೋಡಿ
ಮರುಗುತಿಹಳು ತಾಯಿ ಭಾರತಿ!

ಅವಳು ಮತ್ತು ನಿಸರ್ಗ

ರಚನೆ: ಶರಣು ಕುಂಭರ್

❖❖❖

ಮುಂಜಾನೆ ಮೂಡಣದಿ ಹೊಂಗಿರಣ ಚೆಲ್ಲಿದಂತೆ
ನಿನ್ನ ಮುಗುಳು ನಗೆ ಬೆಳಕಾಗಿ ಹೊಳೆಯುತ್ತಿದೆ
ಮೃದುವಾದ ತಂಗಾಳಿ ಬೀಸುವಾಗ ಮಧುರತೆಯೇ
ತುಂಬಿದ ನಿನ್ನ ಪಿಸುಮಾತೆನಗೆ ಕೇಳಿಸುತ್ತಿದೆ॥

ಮುಂಗಾರು ಮಳೆಯ ಮೊದಲ ತುಂತುರು ಹನಿಯ
ಹಾಸಿನಲ್ಲಿ ನಿನ್ನ ಸ್ಪರ್ಶದ ಭಾವ ತುಳುಕುತ್ತಿದೆ
ಹೂವಿನ ಪರಿಮಳವೇ ತುಂಬಿದ ಹೂದೋಟಗಳಲ್ಲಿ
ಮಧುರವಾದ ನಿನ್ನ ನೆನಪಿನ ಸವಿಜೇನು ಅಡಗಿದೆ॥

ಜುಳು ಜುಳು ಹರಿಯುವ ನದಿಯ ಶಬ್ದದ ನಾದದಲಿ
ಆವರಿಸಿದೆ ಇಂಪಾದ ನಿನ್ನ ಪ್ರೀತಿಯ ಸಂಗೀತವು
ನೀಲಿಯಾಗಸದ ಅನಂತದಲ್ಲಿ ಮಿನುಗುವ ತಾರೆಗಳ
ನಡುವೆ ನಿನ್ನ ಪ್ರಿತಿಯೇ ಶಾಶ್ವತವಾದ ಸ್ವರ್ಗವು ॥

ಜಗದ ಈ ಬಾಳ ಪಥದಲಿ ನೀನೇ ನನ್ನ ನಿಸರ್ಗವು
ನನ್ನೀ ಹೃದಯದ ಪ್ರತಿಯೊಂದು ಉಸಿರಿನ ಜೀವವು
ಜನ್ಮಗಳು ಎಷ್ಟು ಬದಲಾದರೂ ನೀನು ನನ್ನ ಶ್ವಾಸ,
ನನ್ನ ಜೀವ, ನೀನು ನನ್ನ ಪ್ರೀತಿಯ ಪರಮಾರ್ಥವು॥

ನಿಸರ್ಗದತ್ತ

ರಚನೆ: ಯಶಸ್ವಿನಿ ಎಂ

❖ ❖ ❖

ಕಪ್ಪಾದ ನೈದಿಲೆಯಲ್ಲಿ ಆಡುತ್ತಿರುವ ಪಕ್ಷಿಗಳು
ಧರೆಯೆ ನಾಚುವಂತಹ ಆಗಸದ ಚಿತ್ತಾರಗಳು
ತಣ್ಣನೆಯ ಗಾಳಿಯಲ್ಲಿ ನೃತ್ತಿಸುತ್ತಿರುವ ಮರಗಿಡಗಳು

ಅಲ್ಲಲ್ಲೇ ಇರುವ ಟವರ್ಗಳ ನೋಟ
ಅದರ ನಡುವೆ ಮೆಟ್ರೋವಿನ ನಿಶಬ್ಧ ಓಟ
ಅಕ್ಷಿಗಳಿಗೆ ಮಾಡಿದೆ ಮಾಟ

ಸಂಜೆಯಾಗಿ ಕತ್ತಲೇರುವ ಗಳಿಗೆ
ಪ್ರಕೃತಿಯ ಸೌಂದರ್ಯ ಬಿದ್ದಿತು ಸುಳಿಗೆ
ಇದ್ದಾಗ ಸವಿ ಹೋದಾಗ ನೆನಿ

ಸುಂದರತೆ ಕ್ಷಣಿಕ
ಭೂತ, ಭವಿಷ್ಯತ್ ಚಿಂತನೆ ಬಿಡಕ್ಕ
ಇಲ್ಲವೆಂದು ದೂರಬೇಡ
ಇದ್ದಾಗ ಆಲಸ್ಯಬೇಡ
ಪ್ರಕೃತಿಯ ನೈಜ್ಯ ಸತ್ಯವಿದು ಮರೆಯಬೇಡ

ಬಯಕೆ

ರಚನೆ: ಸುಮತಿ ಕೃಷ್ಣಮೂರ್ತಿ

❖ ❖ ❖

ನುಣುಪು ಕೆನ್ನೆಗಳನ್ನು ಒಮ್ಮೆ ನೇವರಿಸುವ ಬಯಕೆ
ಕೆಂಪು ತುಟಿಗಳನ್ನು ಒಮ್ಮೆ ಆವರಿಸುವ ಬಯಕೆ

ಅಗಾಧ ಕನಸು ಹೊತ್ತು ತಿರುಗೋ ಮುಗ್ಧ ಪ್ರೇಮಿಗೆ
ಅವಳ ಮುದ್ದು ನಗುವ ಒಮ್ಮೆ ಆದರಿಸುವ ಬಯಕೆ

ಇರುಳು ಹೊತ್ತಿನಲ್ಲಿ ಮೊಗವು ಬಾಡುವ ಘಳಿಗೆ
ಚಂದ್ರ ತರುವ ಹೊಳಪಿಗೆ ಒಮ್ಮೆ ಕಾತರಿಸುವ ಬಯಕೆ

ತಂಗಾಳಿಯಲ್ಲೂ ಬಿಸಿಯೇರುವ ಈ ವಿರಹದ ನೆಪಕೆ
ಸುಳ್ಳು ಹೇಳಿ ತನುವ ಒಮ್ಮೆ ಸಾವರಿಸುವ ಬಯಕೆ

'ಸುಮ' ಬಾಣದ ಸಿಹಿಘಾತ ಪ್ರಾಣ ತೆಗೆಯುವ ಪರಿಗೆ
ಅವಳಿಗಾಗಿ ಹರಯವನ್ನೇ ಒಮ್ಮೆ ಕಾಪಿರಿಸುವ ಬಯಕೆ

ಅಣ್ಣ

ರಚನೆ: ಲಾವಣ್ಯ.ಎಂ

❖❖❖

ಪಟ್ಟಾಭಿಷೇಕವಿಲ್ಲದೆ ಅಣ್ಣ ಎಂಬ ಪಟ್ಟ ಹೊತ್ತು....
ತಂದೆಯ ಪ್ರತಿರೂಪ ತೊಟ್ಟು, ಅಂಗರಕ್ಷಕನ ಹಾಗೆ ರಕ್ಷಣೆಯಿಟ್ಟು,
ತಾಯಿಯ ಪ್ರೀತಿ ಕೊಟ್ಟು, ಒಡಹುಟ್ಟಿದವನು....
ಹುಟ್ಟಿದ ದಿನದಿಂದ ಹಿಡಿದು...
ನಾ ನಕ್ಕಾಗ ನಕ್ಕು, ಅತ್ತಾಗ ಅತ್ತು,
ಕೂಸು ಮರಿ ಹೊತ್ತು,
ಸಾವಿರ ಬಾರಿ ಕೀಟಲೆ ಕೊಟ್ಟು,
ನಾ ಯೋಚನೆ ಮಾಡದಷ್ಟು ಪ್ರೀತಿ ಕೊಟ್ಟ ಜೇಷ್ಠನು....

ತಂದೆಯ ಹೆಗಲಾಗಿ, ತಾಯಿಯ ನೆರಳಾಗಿ,
ಕಷ್ಟದ ಪರಿಹಾರವಾಗಿ, ಸುಖದ ಭಾಗಿಯಾಗಿ,
ಜೀವನದ ಬೆನ್ನುಲುಬಾಗಿ ನಿಂತ ನನ್ನ ಅಗ್ರಜನು....

ನನ್ನ ಕಿರುನಗೆ ನೀನು, ಮರೆಯಾಗದ ನೆನಪು ನೀನು,
ಕೊನೆಯ ಆಸೆ ನೀನು, ತ್ಯಾಗದ ಭೀಷ್ಮ ನೀನು,
ತನ್ನವರಿಗೆ ಜೀವ ನೀನು, ಕತ್ತಲೆಯ ಬೆಳಕು ನೀನು,
ಸಹೋದರನೇ......ಹಿರಿಯವನೇ.....
ಸ್ವಾರ್ಥದ ಜಗತ್ತಿನಲ್ಲಿ ನಾ ಕಂಡ ನಿಸ್ವಾರ್ಥ ಜೀವ ನೀನು.....

ಸಂಜೆಗೆಲ್ಲಾ ಗೊತ್ತಿದೆ

ರಚನೆ: ಸವಿತಾ ನಾಗರಾಜ್

❖❖❖

ಬೆಸೆದಿಹ ಮನಗಳು ಜೊತೆಯಾಗಿರಲು
ರವಿಯು ಕೆಂಪಾಗಿ ಓಕುಳಿ ಚೆಲ್ಲಿರಲು
ಸಂಜೆಗೆಲ್ಲಾ ಗೊತ್ತಿದೆ ಚಂದ್ರನ ಕಾವಲು
ಇಳೆಯ ಸೊಬಗಿನಂದದ ಮೇಲಿರಲು

ಜೋಡಿ ಜೀವಗಳ ಒಲುಮೆಯ ಭಾವ
ಮಾತಿಗೂ ಸಿಗದಿಹ ದಿವ್ಯ ಅನುಭವ
ಸಂಜೆಗೆಲ್ಲಾ ಗೊತ್ತಿದೆ ಮೌನದ ಕಲರವ
ಮೆಲ್ಲುಸಿರಿನಲಿ ಒಸರಿದಂತ ಪಲ್ಲವ

ಕಡಲ ಅಲೆಗಳಂದದಿ ನೆನಪುಗಳ ಏರಿಳಿತ
ಸೋಕುತ್ತ ಹೋದಂತೆಲ್ಲವೂ ಪುಳಕಿತ
ಸಂಜೆಗೆಲ್ಲಾ ಗೊತ್ತಿದೆ ಒಲವಿನ ಭಾವಾಮೃತ
ನಿಲ್ಲದೆಯೇ ಸಂಭ್ರಮಿಸುತ್ತಿರಲಿ ಅನವರತ

ತಾಯಿಯೆ ನನ್ನ ಉಸಿರು

ರಚನೆ: ಸಣ್ಣಲಿಂಗಪ್ಪನ ನಿದವಾಣಿ

❖❖❖

ತಾಯಿಯೆ ನನ್ನ ಉಸಿರು
ತಾಯಿಯೆ ನನ್ನ ಹೇಸರು
ತಾಯಿಯೆ ನನಗೆ ಆಸರೆ
ಅವಳಿಲ್ಲದಿದ್ದರೆ ನಾನಾಗುತ್ತಿದ್ದೆ ಯಮನ ಕೈಸೆರೆ

ತಾಯಿ ಇಲ್ಲದೆ ಜಗವಿಲ್ಲಾ
ತಾಯಿಯೆ ನನಗೆ ಜಗವೆಲ್ಲಾ
ತಾಯಿ ಇಲ್ಲದೆ ಬಧುಕಿಲ್ಲಾ ಅವಳೆ ನನ್ನ ಬಧುಕೇಲ್ಲಾ

ಅವಳೆಂದರೆ ನಡೆದಾಡುವ ಮಾತನಾಡುವ ದೇವತೆ
ಅವಳ ಸೇವೆ ಮಾಡುವುದೆ ಈ ಬದುಕಿನ ಸಾರ್ಥಕತೆ

ಬದುಕಿಗೆ ಆಸರೆಯಾಗಿ ತಾಯಿ ಇರಲೇಬೇಕು
ಅವಳು ಹಡೇದವಳೆ ಆಗಿರಬೇಕು.

ಆದರ್ಶ ಶಿಕ್ಷಕ

ರಚನೆ: ಸುಲಕ್ಷಣಾ

❖ ❖ ❖

ಮನದಿ ಮಾನಸ ಗೆಲ್ಲು ಶಿಕ್ಷಕನಾಗಿ
ಜ್ಞಾನದಿ ಕೆದಕು ಒಳಗಿನ ಹಸಿವನು
ಛಲದಿ ಮುನ್ನಡೆಸು ಗುರಿ ಮುಟ್ಟಲು
ತೆರದಿ ಕಣ್ಣುಗಳನು ಸತ್ಯವನರಿಯಲು

ದಾರಿದೀವಿಗೆಯಾಗು ಮುಗ್ಧ ಮನಸ್ಸಿಗೆ
ಏಣಿಯಾಗು ನೀ ಕನಸು ನನಸಾಗಲು
ಜರಡಿಯಾಗು ನೀ ಕಲ್ಮಶಗಳನ್ನು ಕಳೆಯಲು
ಧೃತಿಗೆಡದೆ ಮುನ್ನುಗ್ಗಲು ಸಾರಥಿಯಾಗು

ಜೀವನದಿ ಮೌಲ್ಯಗಳನ್ನು ಕಲಿಸಲು ಅಣಿಯಾಗು
ಕಷ್ಟಗಳನ್ನು ನೀಗಿಸುವ ಪರಿಪಾಠವಾಗು
ಎಲ್ಲದರಲ್ಲಿ ಆಸಕ್ತಿಯ ತೋರುವ ಚಿಲುಮೆಯಾಗು
ಚಿಂತನಾತ್ಮಕ ಭಾವನೆಯ ಚೇತನವಾಗು

ಬರಿ ಕಣ್ಣಿಗೆ ಕಾಣದ ಜ್ಞಾನಕ್ಕೆ
ಸೂಕ್ಷ್ಮದರ್ಶಕವಾಗು
ಸಾಧನೆಯ ದಾರಿ ತೋರಲು
ಮಾರ್ಗದರ್ಶಕನಾಗು
ಎಲ್ಲರ ಮನದಲ್ಲಿ ಆದರ್ಶ ಶಿಕ್ಷಕನಾಗು.

ಹೆಣ್ಣು ಮತ್ತು ಸಮಾಜ

ರಚನೆ: ಲಿಸ್ಸಾ ಇವಾಂಜಲಿನ್ ಆರ್ ಎಸ್

❖❖❖

ಹೆಣ್ಣಿನ ಕೂಗು ಕೇಳದವರು,
ಹೆಣ್ಣಿನ ಆರ್ತನಾದ ಕೇಳದವರು,
ಅವಳಿಗೆ ನ್ಯಾಯ ಕೊಡದವರು ,
ಒಂದು ದಿನದಲ್ಲಿ ಅವಳನ್ನು ಹೊತ್ತು
ಮೆರೆಸಿಬಿಡುವ ಈ ಜನಕೆ ಏನು ಹೇಳಲಿ?
ಸಮಾಜ
ಹೊಲೆಯವರಿಂದ ಮನೆಗೆಲಸವಾಗಬೇಕು ,
ಹೊಲೆಯವರಿಂದ ಕೊಳೆತ ಮೋರಿ ಸ್ವಚ್ಛವಾಗಬೇಕು ,
ಹೊಲೆಯವರಿಂದ ಮಸಣದಲ್ಲಿ ಹೂಣಿಸುತ್ತಾರೆ,
ಆದರೆ ಅದೇ ಹೊಲೆಯವರು ಪೂಜೆಗೆ ಯಾಕೆ
ಬೇಕಿಲ್ಲ?
ಎಂತ ಕಾಲ ಬಂತು ಈ ಪ್ರಶ್ನೆಗೆ
ಕಾಲರಾಯನೇ ಉತ್ತರಿಸಬೇಕು.

ಬದುಕು

ರಚನೆ: ಗೀತಾ ಸೋನವಾಲ್ಕರ್

❖ ❖ ❖

ಬದುಕಿಬಿಡು ಸತ್ತು ಹೋಗುವ ಮುನ್ನ
ನಿನ್ನಿಷ್ಟದಂತೆ ಏನೂ ನಡೆಯದಿದ್ದರೂ
ನಡೆಯುತ್ತಿರುವುದನ್ನು ಇಷ್ಟಪಟ್ಟು ಬದುಕಿಬಿಡು
ಹೆತ್ತ ತಾಯಿಗೆ ಹೊತ್ತ ಭೂಮಿಗೆ ಋಣಿಯಾಗಿ ನೀ ಬದುಕಿಬಿಡು
ಮಿತ್ರರ ಕುಚೇಷ್ಟೆಗಳು ಅತಿಯೆನಿಸಿದರೂ
ಅವರೊಡನೆ ತುಂಟತನದಿ ಬದುಕಿಬಿಡು
ಮಳೆಗಾಲದಲಿ ಬಿಸಿಲ ಬಯಸದೇ,
ಬೇಸಿಗೆಯಲಿ ತಂಪ ಬಯಸದೇ,
ಬದುಕು ಬಂದಂತೆ ಸ್ವೀಕರಿಸಿಬಿಡು
ಸಾಧಿಸಲಾಗದಿದ್ದರೆ ನಿನ್ನ ಗುರಿಯ,
ರೋಧಿಸುತ್ತ ಕಳೆಯದಿರು ಸಮಯವನ್ನ
ಮರಳಿಯತ್ನವ ಮಾಡುತ್ತ,
ಸಂತಸದಿ ಬದುಕಿಬಿಡು ಸತ್ತು ಹೋಗುವ ಮುನ್ನ

ನೆಂಟಸ್ತನ

ರಚನೆ: ಬಿ ಕೆ ಸುರೇಶ

❖ ❖ ❖

ಬೇಕಿಲ್ಲ ಯಾರಿಗೂ ಈಗ ನೆಂಟಸ್ತನ ..
ಅವರವರ ಲೋಕವೇ ಬೇರೆ ..ಎಲ್ಲ ಹೊಸತನ ..
ಸಂಬಂಧಗಳ ಹೆಸರೇ ಗೊತ್ತಿಲ್ಲ ,ಯಾವುದರ ಹಿರಿತನ ..
ತಾತ ಅಜ್ಜಿ ಮಾವ ಅತ್ತೆ ...ಹೆಸರೇ ಗೊತ್ತಿಲ್ಲ ಅವರವರ ಮನೆತನ

ನನಗೆಲ್ಲಾ ಗೊತ್ತು ..ಮೊಬೈಲ್ ,ನೆಟ್ ಇದೆ ಸಾಕು ಅನ್ನೋ ಅಹಂಕಾರ
ಬೇಕಿಲ್ಲ ಯಾರ ಉಪದೇಶ ,ಏನೋ ತಿರಸ್ಕಾರ
ನಿಂಗೇನೂ ಗೊತ್ತಿಲ್ಲ ,ಹಳೇ ಕತೆ ಬೇಕಿಲ್ಲ ..ಎಲ್ಲ ಅಪಸ್ವರ

ಈ 'ಜನರೇಶನ್ ' ತುಂಬಾ ಚುರುಕು
ಆದ್ರೂ ಮನಸಲ್ಲೇನೋ ಹುಳುಕು
ಹಿರಿಯರ 'ಅಡ್ವೈಸ್ ' ಯಾರಿಗೆ ಬೇಕು
ಹೊಸ ಹೊಸ ತಂತ್ರಜ್ಞಾನ ಬಳಸಿ ಮಕ್ಳು ಚೆನ್ನಾಗಿ ಇದ್ದರೆ ಅದೇ ಸಾಕು

ಕಷ್ಟ ಸುಖಕ್ಕೆ ಆದವನೇ ನೆಂಟ ..ಉಳಿಯುತ್ತೆ ನೆಂಟಸ್ತನ
ಬಳಕೆ ಇದ್ದರೇನೇ ಬಂದು ಬಳಗ ..ಬೆಳೆದು ಉಳಿಯುತ್ತೆ ಮನೆತನ
ಇಲ್ಲದಿದ್ರೆ ವಯಸ್ಸಾದಾಗ ಕಾಡುತ್ತೆ ಒಂಟಿತನ
ಅರಿತು ಬಾಳು ಮನುಜ ..ಬಿಟ್ಟು ಹುಂಬತನ

ನನ್ನರಸಿ

ರಚನೆ: ವಸಂತ ಕೆ ಆರ್

❖❖❖

ಕರಿ ಮೋಡದೊಡವೆ ನಿನಗೇಕೆ ನನ್ನರಸಿ
ತಂಪಾಗಿ ತುಂತುರು ಧರೆಗಿಳಿಸಿ
ನಲ್ಲ ನೊಲುಮೆಯನೊಮ್ಮೆ ಸಿಂಗರಿಸಿ ಬಾ ನನ್ನ ಮನದರಸಿ

ಆ ನಿನ್ನ ಮೊಗದ ನಗೆಗಡಲಿನಲಿ
ನೆನಪುಗಳ ದೋಣಿಯನ್ನಿರಿಸಿ
ಪಯಣಿಸುವ ಪಯಣಿಗ ನಾನು
ಅಲೆಯಬ್ಬಿಸದಿರು ಬರುವೆ
ನಾ ನಿನ್ನರಸಿ.

ಜೊತೆಯಾದ ಹೆಜ್ಜೆ ಸಪ್ಪಳವಿಲ್ಲ
ಗೆಜ್ಜೆಯ ಧನಿಯಿಲ್ಲ ಬಳೆಯ ಸದ್ದಿಲ್ಲ
ಮಾತು ಮರೆತು ಮೌನ ಬೆರೆತು
ಮನಕೆ ಮಂಜು ಕವಿದು ಇರುಳತಂದಿತು

ಬರುವೆಯ ನೀ ನನ್ನರಸಿ
ನಿನ್ನ ಸಿಡುಕ ಸಂಹರಿಸಿ
ಕೋಮಲಾಂಗಿ ಕನಕಾಂಗಿ
ನನ್ನ ಕಮಲಾಂಗಿ ಬರುವೆಯಾ ನೀ ನನಗೆ ಜೊತೆಯಾಗಿ

ನನ್ನ ಮಹಾದೇವ

ರಚನೆ: ಎಸ್ ಶಿವಾನಿ

❖ ❖ ❖

ಕಷ್ಟದಲ್ಲಿ ಇರುವ ನನ್ನ ಬದುಕು,
ಕಹಿತನದಲ್ಲಿ ಇರುವ ನನ್ನ ಮನಸ್ಸು,
ದುಃಖದಲ್ಲಿ ಇರುವ ನಾನು,
ಎಲ್ಲವೂ ನಿನ್ನ ಮಾಯೆ, ಅಲ್ವಾ ಮಹದೇವ?

ನಾನು ಪೂಜೆ ಮಾಡಲ್ಲ,
ನಾನು ದೇವಸ್ಥಾನಕ್ಕೆ ಹೋಗೋದು ಇಲ್ಲ,
ಆದರೆ ನಿನ್ನಲ್ಲಿ ನಾನು ಇದ್ದೀನಿ, ಅಲ್ವಾ ಮಹಾದೇವ?

ಯಾಕೆ ಬೇಕು ಈ ಬೇಸರದ ಬದುಕು,
ಯಾಕೆ ಬೇಕು ಈ ಅವಸರದ ಜನ,
ಯಾಕೆ ಬೇಕು ಈ ಅರ್ಥವಿಲ್ಲದ
ಸಂಬಂಧಗಳು, ಯಾಕೆ ಮಹಾದೇವ?

ನನಗೆ ಹಣ ಬೇಡ, ಐಶ್ವರ್ಯ ಬೇಡ,
ಆಸ್ತಿ ಬೇಡ, ಅಂತಸ್ತು ಬೇಡ,
ಆದರೆ ನೀನು ಬೇಕು ಮಹಾದೇವ.

ವೈಯಾರಗಿತ್ತಿ.

ರಚನೆ: ಜೋಸ್ನಾ ಸಾ. ಪಾರ್ಸೇಕರ

❖ ❖ ❖

ಏನು ಚೆಂದ ಕಾಣಸ್ತಿಯೇ.... ವೈಯಾರಗಿತ್ತಿ
ಏನು ಚೆಂದ ಕಾಣಸ್ತಿಯೇ.... ||ಪ||

ಹಣೆ ತುಂಬ ಕುಂಕುಮ, ಕೈ ತುಂಬ ಕೈಬಳೆ
ಮಲ್ಲಿಗೆ ಮಾಲೆಯು, ಅಂದವ ಹೆಚ್ಚಿಸಲು ||೧||

ನಾಗರ ಜಡೆಯವಳೇ, ನವಿಲಿನ ನಡೆಯವಳೇ
ಅಂದದಿ ತಾನೆಂದು, ಬಿಂಕವ ತೋರಿಸುತಿ ||೨||

ಚಳ ಚಳ ಕಾಸಿನ ಸರ, ಹಸಿರು ಕಡ್ಡಿಯ ಸೀರೆ
ಕಾಲಿಗೆ ಕಾಲ್ಗೆಜ್ಜೆ, ನಾದವ ಮನದುಂಬಿರಲು ||೩||

ಮೊಗದಲ್ಲಿ ಕಿರುನಗೆಯು ನಗೆಯಲ್ಲಿ ನಾಚಿಕೆಯು
ಕನಸಲ್ಲಿ ನೀ ಬಂದು ಅಪ್ಪುಗೆ ನೀಡಿರಲು ||೪||

ಕನಸಲ್ಲಿ ಕನಸಾಗಿ, ಮನದಲ್ಲಿ ಮನೆಮಾಡಿ
ಜೀವನದ ಗುರಿಯಾಗಿ, ನೀನಿರಲು ಬದುಕಲ್ಲಿ ||೫||

ಕಾನನ ಕುಸುಮ

ರಚನೆ: ಗೀತಾ ಬಾಲಕೃಷ್ಣ ಸುಗಟೆ

❖❖❖

ಕಾನನದಿ ಅರಳಿತು ಕುಸುಮವೊಂದು
ದುಗುಡ ಮನದಲ್ಲಿ ಹುಟ್ಟಿದೊಂದು
ಪಾಡೇನು ಈಗ ನನ್ನದೆಂದು
ಸುಮ್ಮನೆ ಬಾಡುವೆ ನಾ ಹೀಗೆ ಎಂದು ||

ಮೊಗ್ಗಾಗಿ, ಹೂವಾಗಿ , ಚೆಲುವಾಗಿ
ಕಂಡು ನಿಸರ್ಗದ ಸಿರಿ ಸೊಬಗನುಂಡು
ಮಸಗುವೇ ನಾ ಮುದುಡಿಕೊಂಡು
ಪರಿಪರಿಯಾಗಿ ಶೋಕಿಸಿತು ನೊಂದುಕೊಂಡು ||

ಹೊಂಬೆಳಕ ಮೂಡಿತು ಮುಖದಲ್ಲೊಂದು
ದೇಶ ಕಾಯುವ ವೀರರಾ ನೋಡಿತಿಂದು ಆಹಾ!
ಜನುಮ ಸಾರ್ಥಕವಾಯಿತೆಂದು ಗಾಳಿರಭಸಕೆ
ಪಾದ ಕೆಳಗೆ ತಲುಪುವೆ ನಾ ಎಂದು||

ಹೆಣ್ಣಾಗಿ ಹುಟ್ಟು

ರಚನೆ: ಕಾವ್ಯ ಬಿ ಆರ್

❖❖❖

ಕೊರಳಿನಲಿ ಮೂರು ಗಂಟಿನ ನೇಣದ ಗಂಟು
ಕತ್ತಲೆಯ ಮೈ ಬಿಂಬವೇ ಅವಳ ಕಾಲ ಬೆರಳಿನ ಸುತ್ತು
ಗಲ್ಲದ ಗಾಯಕ್ಕೆ ಅರಿಶಿಣದ ಅಂಟು
ಕೈ ಬಳೆಗಳು ಸದ್ದಿಲ್ಲದಂತಾಗಿಹುದು
ಅವಳ ಮೌನಕ್ಕೆ ಸೋತು
ಸೆರಗ ಒಡಲಿನಲ್ಲಿ ತವರ ಮನೆಯ ಒಲವಿನ ಗಂಟು
ಬಾಡಿ ಹೋಗಿಹುದು ಆಕೆಯು ಮುಡಿದಿರುವ
ಹೂವಿನ ಜೊತೆಗಿರುವ ನಂಟು
ಇಹನಿಗೆ ಜೊತೆಯಾಗಿಳು ದರಿಸಿ ಕೆಂಪು ಕುಂಕುಮದ ಬೊಟ್ಟು
ಆಟದ ಬೊಂಬೆ ಯಾಗಿಹಳು ಹೆಣ್ಣಾಗಿ ಹುಟ್ಟು.

ಗೋಮಾತೆ

ರಚನೆ: ಡಾ. ಸಂಗೀತಾ ಬಿ. ಕೋಲ್ವೇಕರ್

❖❖❖

ಗೋಮಾತೆಯೇ ನಿನಗೆ ನಮನ॥
ಮಾತೃದೇವತೆಯೇ ನಿನಗೆ ನಮನ॥

ಹುಲ್ಲು ತಿಂದು ಹಾಲು ಕೊಡುವ
ಕಾಮಧೇನುವೇ ನಿನಗೆ ನಮನ॥

ಮಗುವಿನ ಹಸಿವನ್ನು ತಣಿಸುವ
ಮಾತೃದೇವತೆಯೇ ನಿನಗೆ ನಮನ ॥

ಮೊಸರು, ಬೆಣ್ಣೆ, ತುಪ್ಪದ ಹೊಳೆಯ ಹರಿಸಿ
ನಮ್ಮನ್ನು ಹರಿಸುವ ಗೋಮಾತೆಯೇ ನಿನಗೆ ನಮನ॥

ಗೋವಿಂದನ ಪ್ರಿಯ ಸಖಿ
ಗೋಮಾತೆಯೇ ನಿನಗೆ ನಮನ॥

ನಿನ್ನ ಗೋಮೂತ್ರದಿಂದ ಪಾವನ
ಈ ಮಾನವ ಜನ್ಮ॥

ಗೋಮಾತೆಯೇ ನಿನಗೆ ನಮನ
ಕಾಮಧೇನುವೇ ನಿನಗೆ
ನಮನ॥

ಅನಂತ

ರಚನೆ: ಅನಿಲ್‌ಕುಮಾರ್ ಬಿ ಬರಗುಂಡಿ

❖❖❖

ಅವಳೊಂದು ಸುಂದರ ಕವಿತೆ
ಪ್ರೀತಿ ತ್ಯಾಗದಲಿ ಮೀರಿಸುವವರಿಲ್ಲ ಅವಳ ಮಮತೆ.

ಚಿತ್ರಿಸಬೇಕೆಂದುಕೊಂಡೆ ಅಕ್ಷರಗಳಲ್ಲಿ ಅವಳ ಸುಂದರ ವ್ಯಕ್ತಿತ್ವವ
ನಸು ನಾಚಿ ಹೇಳಿದವು ಬರೆಯುವ ಪದಗಳು ಎನಗೆ,
"ನಿನ್ನ ಸುವರ್ಣೀಯ ವರ್ಣನೆ ಅಸಂಭವ."

ಪ್ರೀತಿ ಚಿಲುಮೆಯ ಸುರಿಸಿ, ಹೊಸ ಭಾಷ್ಯ ಬರೆದವಳು
ಸಿಹಿ ಕನಸ ಖಜಾನೆ ಕಣಜವ ನನಗಾಗಿ ತಂದವಳು.

ಅಬ್ಬಾ! ಪದಗಳೇ ನಲಿಯುತ ಕೇಳುತಿವೆ ನನ್ನನ್ನು
"ಯಾರೀಕೆ ಚೆಲುವೆ? ನಿನ್ನಾಕೆ ಚೆಲುವೆ?"

ಹೌದು! ಅವಳು ನನ್ನಾಕೆ ಚೆಲುವೆ ಕಡಲಾಳದೊಲವೇ
ಎನ್ನ ಪುಟ್ಟ ಹೃದಯದ ಚಿಪ್ಪಿನೊಳು ಮುತ್ತಾಗಿ ಹೊಳೆವೆ

ನಿನ್ನ ಅಸ್ತಿತ್ವವೇ ಅನಂತವಾಗಿರುವಾಗ
ಪ್ರೀತಿ ಲಹರಿಯ ತಪಸ್ಸಿನಲ್ಲಿರುವ ಈ ಸಂತನ ಮನವು
ಅರಿಯಲಾದಿತೇ ಆ ಪ್ರಚಂಡ ಅನುಭವವ

ಎಷ್ಟೋ ಪ್ರಶ್ನೆಗಳು ಪ್ರಶ್ನೆಗಳಾಗಿಯೇ ಉಳಿದರೂ.....
ದೊರೆಯುವ ಅತ್ಯಲ್ಪ ಕಾಲೋತ್ತರಗಳೊಂದಿಗೆ
ನನ್ನೊಡನೆ ಸಹಯೋಗಿಯಾಗಿರು,
ಸಂತಸದ ಸಹಧರ್ಮಿಣಿಯಾಗಿರು, ಎಂದೆಂದಿಗೂ
ನೀ ನನ್ನ ಮನದನ್ನೇಯಾಗಿರು.

ಅಪರಿಚಿತ ಪ್ರೀತಿ

ರಚನೆ: ರಾಣಿ ಪ್ರಶಾಂತ್ ಬಾಗವದ್ಮಠ

❖❖❖

ಅಪರಿಚಿತದೊಳಗಿನ
ಪರಿಚಿತ ಪ್ರೀತಿ ನಿನ್ನದು
ಹೂಹೇಗೂ ಮೀರಿದ
ನವಿರಾದ ಒಲವು ನಮ್ಮದು.

ಆವರಿಸಿರುವೆ ನನ್ನದಲ್ಲದ ನನ್ನ ಜಗತ್ತನ್ನು
ಬಂಧಿಸಿರುವೆ ಈ ಬಂಧವನು
ಮನವು ಮುಟ್ಟುವಹಾಗೆ.

ಇನಿಯನೆಂದರೆ ಅದು ಸ್ವಲ್ಪ ಕಮ್ಮಿಯೇನೋ
ಈಜಬೇಕಿದೆ ನಾನು ಈ ಒಲವ ದಾಟಿಬರಲು
ಉಸಿರ ಬೆಸೆಯುತಿದೆ ನಿನ್ನೊಂದಿಗಿನ ಈ ಬಂಧ
ಊಹಿಸಲು ಸಾಧ್ಯವಾಗದಿದೆ ನೀ ನನ್ನ ಸ್ಕಂದ.

ಋಣವಿರುವುದೇನೋ ಇಬ್ಬರದೂ ಈ ಅಪರೂಪದ
ಅಪರಿಚಿತದ ಪರಿಚಿತ ಸಂಭಂದಕ್ಕೆ
ಇರುವೇ ನಾ ನಿನ್ನೆದೆಯ ಏಕಾಂತದ ಬಂಧನಕ್ಕೆ

ನನ್ನ ಭಾಷೆ

ರಚನೆ: ಲಂಕೇಶ ಪಾಟೀಲ

❖ ❖ ❖

ನನ್ನ ಭಾಷೆ ಅಕ್ಕರೆಯ ಭಾಷೆ,
ಸಿಹಿಯಾದ ಸಕ್ಕರೆಯ ಭಾಷೆ...

ಎದೆಗೆ ಅಮೃತವನ್ನು ಸುರಿದ ಭಾಷೆ,
ಜೀವದ ಜೀವನಾಡಿಯಲ್ಲಿ ಬೆರೆತ ಭಾಷೆ...

ನಂಟುಗಳನ್ನು ಬೆಸೆದ ಬಾಂಧವ್ಯದ ಭಾಷೆ,
ಕಗ್ಗಂಟುಗಳನ್ನು ಮುರಿದ ದಿವ್ಯಜ್ಯೋತಿಯ ಭಾಷೆ..

ಕಾವ್ಯ, ಕವಿತೆಗಳ ಸಾಲಿಗೆ ಮೇರುಗು ತಂದ ಭಾಷೆ,
ಕಬ್ಬಿಗನ ಅಂತರಂಗದಲ್ಲಿ ಇಳಿದು ಎದೆಗಂಟಿದ ಭಾಷೆ..

ಹೊನಲು ಬೆಳಕಿನ ಕಿರಣಗಳಿಗೆ ಮಾತು ಕಲಿಸಿದ ಭಾಷೆ,
ಪ್ರಕೃತಿಯನ್ನು ತನ್ನ ಪದಗಳಿಂದ ಮೋಹಗೊಳಿಸಿದ ಭಾಷೆ..

ತಾಯಿ ಭುವನೇಶ್ವರಿ ದೇವಿಯ ಭಾಷೆ,
ಕರುನಾಡ ಹೃದಯಗಳ ಸೊಂಪಿನ ಭಾಷೆ,
ಸಾಹಿತ್ಯ ರತ್ನಗಳನ್ನು ಹಡೆದ ಭಾಷೆ,
ಸಾಹಿತ್ಯಕ್ಕೆ ಜೀವ ತಂದ ಭಾಷೆ,
ನಮ್ಮೆಲ್ಲರ ಹೆಮ್ಮೆಯ ಕನ್ನಡ ಭಾಷೆ...!

ನೆನಪುಗಳು

ರಚನೆ: ಪ್ರಸನ್ನಕುಮಾರ್ ಕೆ

❖❖❖

ನೆನಪುಗಳೇ ಹಾಗೆ ಸುಮ್ನೆ
ಹಿಂದೆಪಟ್ಟಿದ್ದು - ಇಷ್ಟದ್ದು ಜ್ಞಾಪಿಸಿ ಪೋಣಿಸಿ
ಕೊರಳಿಗೆ ಹೂಮಾಲೆ ಹಾಕಿಬಿಡುತ್ತವೆ
ಮರೆತದ್ದನ್ನು ಮರುಕಳಿಸಿ
ಪರಿಮಳದಿ ಕಂಪಿಸಿ ಆರ್ತನಾದದಿ ನರ್ತಿಸುತ್ತೆ
ಸದಾ ಶರಾಬಿನಲ್ಲಿರುವ ನಶೆಯ
ಗಮಲಿನಲ್ಲಿ ತೇಲಿ ಸುತ್ತ
ಕಲ್ಪನೆಯನ್ನು - ಕನಸಾಗಿಸುತ್ತಾ ನನಸಾಗದ್ದನ್ನು ನೆನೆಸುತ್ತ
ನೊಂದ ಕಾಯಕ್ಕೆ ಸಾಂತ್ವನದ ನೆಂದ ವಸ್ತ್ರ ತೊಡಿಸಿ ತಂಪಿಡುತ್ತವೆ
ಅಚ್ಚರಿಯ ಎಚ್ಚರಿಸಿ ಮಾಯೆಯ ಮಳೆಯಂತೆ ಆವಿಯ ಇಬ್ಬನಿಯಂತೆ
ಮಿಂಚಿ ಮರೆಯಾಗುವ ಭಾವನೆಗಳ ಬಣ್ಣ
ಬಲವಿಲ್ಲದ ಒಲವಿನ ನಿಶಾರ್ರಾತ್ರಿಯ
ಭಾವ ತೀರದ ಯಾನ ಈ ನೆನಪು

ಅಂದಗಾತಿ

ರಚನೆ: ಬಸವರಾಜ ಜಾಧವ್

❖ ❖ ❖

ಕಿವಿಗೆ ಧರಿಸಿದ ಓಲೆ ಕೂಡಾ ಅವಳ ಕನಸು ಕಾಣುತಿತ್ತು,
ಜೀವನ ಪೂರ್ತಿ ಇವಳ ಕಿವಿಯಲ್ಲೇ ನೇತಾಡಬೇಕೆಂದು.

ಅವಳ ಮೂಗ ತುದಿಯಲ್ಲಿ ಮೂಗುತಿಯು ಮೆರೆಯುತ್ತಿತ್ತು,
ಮೂಗ ಮೇಲೆ ಜಾಗ ಕೊಟ್ಟವಳು ಅವಳ
ಮನಸಲ್ಲಿಯೂ ಕೊಡಬಹುದೆಂದು.

ಹಚ್ಚಿದ ಕಡು ಕಪ್ಪು ಕಾಡಿಗೆಯು ಕವಡೆ ಕೇಳುತ್ತಿತ್ತು,
ತನ್ನ ಕಡೆಗಾಲವು ಕೂಡಾ ಇವಳ
ಕಣ್ಣಂಚಲ್ಲೇ ಕೊನೆಯಾಗಬೇಕೆಂದು.

ಅವಳಿತ್ತ ಬಿಂದಿಯು ಭಗವಂತನಲ್ಲಿ ಬೇಡಿಕೆ ಇಡುತಿತ್ತು,
ಯಾವಾಗಲೂ ಇವಳ ಒಲವ
ಬಂಧನದಲೇ ಬಂಧಿಯಾಗಿರಬೇಕೆಂದು.

ಪ್ರಕೃತಿಗೆ ಒಂದು ಪ್ರೇಮ ಪತ್ರ

ರಚನೆ: ರಾಹುಲ್ ಮ ಹಾರುಗೊಪ್ಪ

❖❖❖

ಹೇ ಪರಿಸರವೇ, ಆ ನಿನ್ನ ಸರಳ ಸುಂದರ
ಹಸಿರ ಸೌಂದರ್ಯಕ್ಕೆ ಎಲ್ಲರೂ ಸೆರೆ.
ಆ ನಿನ್ನ ವಿಶಾಲ ಪ್ರಕೃತಿ ಸೌಂದರ್ಯದ
ಮಡಿಲು ಎಲ್ಲ ಪಶು ಪಕ್ಷಿಗೆ ಆಸರೆ.
ನಾನು ಆಗಲೇ ಮನಸಾರೆ ನಿನ್ನ ಕೈಸೆರೆ?

ದಾರಿಹೋಕರನು ಬರಮಾಡಿಕೊಳ್ಳುತ್ತಿರುವಂತೆ
ನಿನ್ನ ಸಾಲು ಸಾಲು ಮರಗಳು,
ಕೈಬೀಸಿ ಕರೆಯುವಂತಿದೆ ಆ ಮರಗಳ ಹಸಿರೆಲೆಗಳು.

ಅವಿಸ್ಮರಣೀಯ ಆ ನಿನ್ನ ಗಿರಿ,ಶಿಖರ,
ಬೆಟ್ಟಗುಡ್ಡಗಳು ಪರ್ವತ ಶ್ರೇಣಿಗಳು,
ಅವುಗಳು ಸ್ವರ್ಗಕ್ಕೆ ಹಿಡಿದ ಕನ್ನಡಿಯಂತೆ .

ಆ ಗಿರಿ ಶ್ರೇಣಿಗಳ ಮುಡಿಯಿಂದ
ಅಡಿವರೆಗೆ ಹಾಲ್ನೊರೆಯಂತೆ
ಧುಮುಕುವ ಜಲಪಾತಗಳ ಝುಳು
ಝುಳು ಸದ್ದಲಿ ತಲ್ಲೀನನಾಗುವ ಆಸೆ.

ಈ ಹಚ್ಚು ಹಸಿರಾದ ಪ್ರಕೃತಿ ಮಡಿಲಲ್ಲಿ ,
ಹುಚ್ಚು ಮನಸ್ಸಿನ ಹುಚ್ಚು ಹೆಚ್ಚಿತು.
ಈ ಹುಚ್ಚು ಪ್ರೀತಿಯು ಹಸಿರಿಗಾಗಿ ಹೊರತು ಇನ್ಯಾರಿಗಲ್ಲ.

ಕನ್ನಡ ನಾಡಿನ ಸಿರಿ

ರಚನೆ: ಬಸಪ್ಪ ಬೀರಪ್ಪ ಇಟ್ಟಣ್ಣವರ್

❖❖❖

ಕನ್ನಡ ನಾಡಿನ ಸಿರಿಯನು ಹಾಡುತ. ಹಾಕತೀನ ಹುಟ್ಟು
ಹಂಪಿ ಬೇಲೂರ ಹಳೆಬೀಡು ಶಿಲೆ ಗಳು ಕನ್ನಡ ನೆಲದಲ್ಲಿ
ಬದಾಮಿ ಪಟ್ಟದಕಲ್ಲ ಐಹೊಳೆ ಕಲೆಯನೋಡಿರಿಲ್ಲಿ.
ಅಕ್ಕಮಹಾದೇವಿ,ಬಸವಣ್ಣ,ಅಲ್ಲಮ ಜನ್ಮತಾಳ್ಯಾರಿಲ್ಲಿ.
ಪಂಪ, ರನ್ನ, ಹರಿಹರ ಕುಮಾರವ್ಯಾಸ ಕನ್ನಡ ನೆಲದಲ್ಲಿ.
ಸಿದ್ಧಾರೂಢ,ಶರೀಫ, ನಾಗಲಿಂಗ ಕೊಟ್ರ ನಮಗ ಜ್ಞಾನ.
ಅವರ ಭೋದ ಅರಿತವರಿಗಾಗತೈತಿ ಕೂಡದ್ಹಾಂಗ ಹಾಲು ಜೇನ.
ಬೆಳವಡಿ ಮಲ್ಲಮ್ಮ, ಕೆಳದಿ, ಕಿತ್ತೂರ ಚೆನ್ನಮ್ಮ ಮಹಿಳೆಯರು.
ವನಕೆ ಓಬವ್ವ, ಉಳ್ಳಾಲ ರಾಣಿ ಅಬ್ಬಕ್ಕ ದೇವಿಯರು.
ಟಿಪ್ಪು, ಪುಲಕೇಶಿ, ಮದಕರಿನಾಯಕ, ಕೃಷ್ಣದೇವರಾಯ ನಾಡು.
ಸಿಂಧೂರ ಲಕ್ಷ್ಮಣ, ಸಂಗೊಳ್ಳಿ ರಾಯಣ್ಣ ವೀರರು ಮಡಿದ ನಾಡು.
ಕುಪ್ಪಳ್ಳಿ ಪುಟ್ಟಪ್ಪ, ದ, ರಾ, ಬೇಂದ್ರೆ, ಶಿವರಾಮ ಕಾರಂತರು.
ಮಾಸ್ತಿ ವೆಂಕಟೇಶ, ವಿ. ಕೃ. ಗೋಕಾಕ, ಅನಂತ ಮೂರ್ತಿಯರು.
ಕಾರ್ನಾಡ, ಕಂಬಾರ ಜ್ಞಾನ ಹರಿಸ್ಯಾರ ನಾಡದೇವಿ ಶಕ್ತಿ.
ಜ್ಞಾನಪೀಠ ಪ್ರಶಸ್ತಿ ಗಳಿಸಿ ತಂದಾರ ನಾಡ ಕೀರ್ತಿ.

ಯಾರವಳು?

ರಚನೆ: ವೀರೇಶ್ ಮಳಗಿ

❖❖❖

ಮುಂಜಾನೆ ಮಂಜಲ್ಲಿ,ಮುಸ್ಸಂಜೆ ಹೊತ್ತಲ್ಲಿ ,
ಆ ಸೂರ್ಯ ಹುಟ್ಟಿ ಬರುವ, ನನ್ನವಳ ನೋಡಲು ,
ನೀನ್ಯಾರೆ ಅಂದಾಗ ತುಸುನಾಚಿ ನಿಂತಳು ,
ನನ್ನನೇ ನೋಡುತ್ತಾ ಮರೆಯಾಗಿ ಹೋದಳು,ಯಾರವಳು?

ದಿನ ದಿನ ಬರುವಳು ಮನಸಿನಲಿ, ಪ್ರತಿ ದಿನ ಕಾಡುವಳು ಕನಸಿನಲಿ,
ದಾಸನಾದೆ ಅವಳ ಅಂದಕೆ , ಸೋತುಹೋದೆ ಅವಳ ನೋಟಕೆ ,
ಗೊತ್ತಿಲದೇ ಹಿಡಿಸಿದಳು ಈ ಪ್ರೀತಿಯ ಹುಚ್ಚು, ಯಾರವಳು?

ಕಾಯುತಿದೆ ನನ್ನ ಹೃದಯದ ಪ್ರೀತಿ ಪೆಟ್ಟಿಗೆ,
ಎಂದಾದರೂ ಬರುವುದೆಂದು ಅವಳ ಪ್ರೀತಿಯ ಹೊತ್ತಿಗೆ ,
ಸಾಕಾಗಿದೆ ಕನಸಿಗೂ ಈ ನಿದ್ದೆಯ ಹೊತ್ತು ,
ಬೇಕಾಗಿದೆ ಇನ್ನಾದರೂ ಅವಳ ಪ್ರೀತಿಯ ಮತ್ತು ,
ಗೊತ್ತಿಲದೇ ಹಿಡಿಸಿದಳು ಪ್ರೀತಿಯ ಹುಚ್ಚು ಯಾರವಳು?

ತೀರಿಸಲಾಗದ ತಾಯಿಯ ಋಣ

ರಚನೆ: ಮಧು ಬಿ.ಆರ್

❖ ❖ ❖

ಹೇಗೆ ತೀರಿಸಲೇ ತಾಯಿ ನಿನ್ನೀ ಋಣವ ಒಂದೇ ಜನುಮದಲಿ
ಈ ನನ್ನ ಜೀವನವನೇ ಮುಡಿಪಾಗಿಡುವೆನು ನಿನ್ನ ಸೇವೆಯಲಿ

ನವಮಾಸ ನಿನ್ನೊಡಲಲಿ ಹೊತ್ತು ಜೋಪಾನದಿ ಕಾಯ್ದೆಯೆನ್ನ
ಧರೆಗಿಳಿದು ಕಣ್ತೆರೆಯಲು ಮುತ್ತನಿಟ್ಟಿ ತಬ್ಬಿ ಮುದ್ದಾಡಿದೆಯೆನ್ನ
ದಿನಗಳುರುಳಿದಂತೆ ಪಾಲಿಸಿ ಪೋಷಿಸಿ ಸಾಕಿ ಸಲಹಿದೆಯೆನ್ನ
ಕಿಂಚಿತ್ತು ಕಷ್ಟ ತಿಳಿಯದಂತೆ ಎಲ್ಲವ ಸಹಿಸುತ ಬೆಳೆಸಿದೆಯೆನ್ನ

ನೀ ತೋರಿದ ಪ್ರೀತಿಗೆ ಪಾರವೇ ಇಲ್ಲ, ವಾತ್ಸಲ್ಯಕೆ ವಾಯಿದೆಯಿಲ್ಲ
ನೀ ಕಲಿಸಿದ ಪಾಠಕೆ ಪಠ್ಯವಿಲ್ಲ, ನೀತಿ ನಿಯಮಕೆ ಸರಿಸಾಟಿಯಿಲ್ಲ
ನೀ ಕೊಟ್ಟ ಜನುಮ ಭಿಕ್ಷೆಗೆ ಜಗದಾವ ಸಿರಿಯು ಸರಿದೂಗುವುದಿಲ್ಲ
ನೆನೆಯುವೆ ಕೊನೆಯುಸಿರಿರೋ ತನಕ, ನೀನಿಲ್ಲದೆ ನಾನಿರುತಿರಲಿಲ್ಲ

ಅಶ್ವತ್ಥಾಮ

ರಚನೆ: ಶ್ರೇಯಾ ವಿ ಉಪಾಧ್ಯಾಯ

❖❖❖

ಕೇಳುವಿರಾ ಈ ಚಿರಂಜೀವಿಯ ಕಥೆಯ,
ನಿಯತಿಯ ವಿಡಂಬನೆಯ ಪ್ರಚಂಡ ಪಾತ್ರಧಾರಿಯ ಕಥೆಯ
ಗುರು ದ್ರೋಣರ ಪುತ್ರ ನಾನು..
ಮಸ್ತಕದಲ್ಲಿ ಸ್ವರ್ಣ ಮಣಿಯ ದಿವ್ಯ ಸ್ವರೂಪ,
ಸ್ವಯಂ ಕೈಲಾಸಧೀಶನ ಅಂಶ ನಾನು,
ಉಪಪಾಂಡವರ ಸಾವಿನ ಸಾಕ್ಷಿ ನಾನಾದೆ..
ನನಗೆಲ್ಲಿಹುದು ಪರ್ಯಾಯವಾಚಿ,
ಕ್ಷೀರದ ಒಂದೊಂದು ಹನಿಯ ಆಕಾಂಕ್ಷಿ..
ಇತಿಹಾಸದ ಪುಟವೊಂದು ಕಾದಿರಲು ನನಗಾಗಿ,
ಉತ್ತರೆಯ ಗರ್ಭಕ್ಕೆ ಬ್ರಹ್ಮಾಸ್ತ್ರವ ಬಿಟ್ಟ ಪಾಪಿಯೂ ನಾನಾದೆ..
ಶೇಷಶಯನನ ಶಾಪಕ್ಕೆ ಗುರಿಯಾದೆ.
ಮನು ಕುಲವೇ ಮರೆತ ಯೋಧ ನಾನಾದೆ..
ಕತ್ತಲ ಸೆರೆಯಲ್ಲಿ ಮರೆಯಾದ,
ಅಶ್ವತ್ಥಾಮ ನಾನಾದೆ!!

ನಿಲ್ಲು ಮನಸೇ ಯಾಕೆ ಓಡುತಿರುವೆ

ರಚನೆ: ದೀಪಕ ರ. ಕಾಸಾಯಿ

❖ ❖ ❖

ನಿಲ್ಲು ಮನಸೇ ಯಾಕೆ ಓಡುತಿರುವೆ
ಕಾಲದ ಹಂಗಿಲ್ಲದೆ ಕಷ್ಟದ ಅರಿವಿಲ್ಲದೆ
ಸಧಾ ಸಂತೋಷದ ಊಯ್ಯಾಲೆ ಆಡುತಿರುವೆ
ನಿಲ್ಲು ಮನಸೇ ಯಾಕೆ ಓಡುತಿರುವೆ.

ಪ್ರೀತಿ ವಾತ್ಸಲ್ಯದ ಅನುಭವದ ದಾರಿ ತೋರಿಸಿ
ಹೃದಯದಲ್ಲಿ ದಯದ ಮನೆ ಮಾಡಿ
ಮನದ ದನಿಗೆ ಕಿವಿಗೊಡದೆ
ಕೀಳು ಆಶೆ ಲೋಭಗಳಿಗೆ ಹುಚ್ಚೆದ್ದು ಓಡುತಿರುವೆ
ನಿಲ್ಲು ಮನಸೇ ಯಾಕೆ ಓಡುತಿರುವೆ.

ಇನ್ನಾದರೂ ಬಿಡು ಚಂಚಲ ಓಟವಾ
ಜ್ಞಾನದ ಅರಿವಿನಿಂದ ಅಜ್ಞಾನದ ಬಾಗಿಲ ಮುರಿದು
ನಿನ್ನೊಳಗಿನ ಹೃದಯದ ದನಿಗೆ ಓಗೊಟ್ಟು
ಮನದ ಭೀತಿಯ ಬದಿಗಿಟ್ಟು
ಆತ್ಮವಿಶ್ವಾಸದಿಂದ ನಡೆ ಮುಂದೆ ಮನವೇ
ನಿಲ್ಲು ಮನಸೇ ಯಾಕೆ ಓಡುತಿರುವೆ.

ಜ್ಞಾನ ಸುಧೆ

ರಚನೆ: ಸುನೀತಾ ಸೊಲ್ಲಪುರೆ

❖❖❖

ಹೊತ್ತಿಗೆಯು ಕೈಯಲ್ಲಿ ಇರುವಾಗ ಸಂತಸವು
ಮುತ್ತುಗಳ ತೆರದಲ್ಲಿ ಅಕ್ಕರಗಳು
ಹೊತ್ತಿನಾ ಅರಿವಿರದೆ ಓದುಗರ ಗಮನದಲಿ
ಚಿತ್ತಕ್ಕೆ ಶುದ್ಧಿಯದು "ರುದ್ರೇಶ್ವರ"

ಪುಸ್ತಕದ ಬರಹಗಳು ಜ್ಞಾನವನು ಹೆಚ್ಚಿಸುತ
ಮಸ್ತಕದ ಬೆಳವಣಿಗೆ ಮಾಡುತ್ತವೆ
ಶಿಸ್ತನ್ನು ಬಿಂಬಿಸುತ ಜೀವನದ ಸಫಲತೆಗೆ
ಹಸ್ತದಲಿ ಸುಂದರವು "ರುದ್ರೇಶ್ವರ"

ವಿಧವಿಧದ ಬರವಣಿಗೆ ಪುಸ್ತಕವು ಪರಿಚಯಿಸಿ
ಮಧುರತೆಯ ಸಂಬಂಧ ಗಟ್ಟಿಗೊಳಿಸಿ
ಅಧರಗಳ ಚಲನದಿಂ ವಾಚನವು ಸುಲಭವದು
ಮಧುವನ್ನು ಸವಿದಂತೆ "ರುದ್ರೇಶ್ವರ"

ಕಟ್ಟುವೆನೆ ಕರಿಮಣಿಯ

ರಚನೆ: ಶ್ರೀಹರಿ ಪಿ - ಮಂದಸ್ಮಿತ

❖❖❖

ಕಣ್ಣೀರ ಕಟ್ಟೊಡೆಯೇ ಕೆರಳಿದೆ ಕಾರ್ಮೋಡ
ಕರಗುತ್ತಾ ಕೊರಗುತ್ತಾ ಕಾತರದಿ ಕಾಯುತ್ತಾ |
ಕಾನನದಾ ಕುಟಿಲದಿ ಕಾಣುವೆನೆ ಕಣ್ಣಂತೆ
ಕಗ್ಗತ್ತಲ ಕಡುರಾತ್ರಿಲಿ ಕಂದೀಲ ಕಪ್ಪಂತೆ || ೧ ||

ಕೆಳಧಮನಿ ಕನವರಿಸೆ ಕನಲಿಕೆಯ ಕಸುರೇಕೆ
ಕಾದಿಹೆನೆ ಕರಾಳದಿ ಕರಪಲ್ಲವ ಕನಕಾಂಗಿ |
ಕಟ್ಟಿನಿಯ ಕಣ್ಣೋಟದ ಕಿರುನಗೆಗೆ ಕಮರಿಹೆನೆ
ಕಣ್ಕಪ್ಪ ಕಾಡಿಗೆಯ ಕಡುಚದುರೆ ಕನ್ನಿಕೆಯೇ || ೨ ||

ಕಮಲದಾ ಕೂಪದಿಂ ಕಾಯುವೆನೆ ಕಣ್ಣೀರ
ಕಾಡಿಸದೆ ಕನಿಕರಿಸೆ ಕನಸೀನ ಕಣ್ಮಣಿಯೇ |
ಕರಗ್ಯೆವ ಕರೆಯೋಲೆ ಕೈಗಿತ್ತು ಕರೆಯುತಿಹೆ
ಕೈಗೂಡೆ ಕೋಗಿಲೆಯ ಕಟ್ಟುವೆನೆ ಕರಿಮಣಿಯ || ೩ ||

ಹೆಣ್ಣಿಗೇಕೆ ಭಯದ ಬದುಕು?

ರಚನೆ: ಗೀತಾ ರೊಟ್ಟಿ

❖❖❖

ಬದುಕೆಂಬ ಸುಂದರ ಸೃಷ್ಟಿಯ ಪಯಣದಲಿ,
ಹೊರಟಾಗ ಹೆಣ್ಣೊಬ್ಬಳು ಕೈ ಬಿಸುತ ಹರುಷದಲಿ,
ಸಾವಿರ ಕನಸಿನ ಗೋಪುರ ಹೊತ್ತು ಕಣ್ಣಂಚಿನಲಿ,
ದೂರದಲಿ ಕಾಯುತ ಕುಳಿತಿಹನೊಬ್ಬ ಕಾಮಾಂಧತೆಯಲಿ,
ಬಿರುಕು ಬಿದ್ದಿದೆ ಸೋದರತ್ವದ ಕವಚದಲಿ,
ಸುರಕ್ಷತೆ ಕಾಣದಾಗಿದೆ ಅಪ್ಪನ ಮಮತೆಯ ಅಪ್ಪುಗೆಯಲಿ,
ಅಯ್ಯೋ ಭಗವಂತ; ಕಳುಸಿದೆ ನನ್ನ ಯಾವ ನರಕದಲಿ?
ಇಳಿ ವಯಸ್ಸಿನ ನೊಂದ ಜೀವವು ಕಾಣದಾಗಿದೆ ಪಾಪಿ ಕಣ್ಣಲಿ,
ಎಳೆ ವಯಸ್ಸಿನ ಭವಿಷ್ಯವು ಬಾಡಿಹೋಗಿದೆ ಭಯದಲಿ,
ಹೇಗೆ ಬದುಕಲಿ ನಾ ಈ ರಣಹದ್ದುಗಳ ಸಮೂಹದಲಿ?
ಕುಕ್ಕಿ ತಿನ್ನುವ ಈ ಪಾಪಿಯ ನೋಟವ ಹೇಗೆ ನಾ ಸಹಿಸಲಿ?
ವಿರೋಧಿಸಿದರೆ ಬೆಂದು ಹೋಗುವೆ ನಾ ಬಲವಂತದ ಬೇಗೆಯಲಿ,
ಒಲಿದರೆ ಕಳೆದು ಹೋಗುವೆ ನಾ ನಕ್ಕು ನಗಿಸುವ ಮೋಸದಲಿ,
ಕಾಣದಾಗಿದೆ ಭವಿಷ್ಯದ ಬೆಳಕು ಈ ಭಯದ ಅಂಧಕಾರದಲಿ,
ಹೆಣ್ಣಿಗೇಕೆ ಭಯದ ಬದುಕು; ಈ ಸುಂದರ ಸೃಷ್ಟಿಯ ಪಯಣದಲಿ ????

ಅವಳೆಂದರೆ..

ರಚನೆ: ಬಾಳೇಶ ಫಕ್ಕೀರಪ್ಪನವರ

❖ ❖ ❖

ಅವಳೆಂದರೆ ಮೊದಲ ಮಳೆಯ ಘಮ
ಅವಳೆಂದರೆ ಸದಾ ಅರಳುವ ಸುಮ

ಅವಳೆಂದರೆ ಆವರಿಸಿಕೊಳ್ಳುವ ಭಾವ
ಅವಳೆಂದರೆ ಬೆಚ್ಚಗಿನ ಮುಂಜಾವ

ಅವಳೆಂದರೆ ಕರುಣೆಯ ಕಡಲು
ಅವಳೆಂದರೆ ಮಮಕಾರದ ಒಡಲು

ಅವಳೆಂದರೆ ಅಹಂ ಇಲ್ಲದ ಅಂದಗಾತಿ
ಅವಳೆಂದರೆ ಬದುಕು ಬದಲಿಸಿದ ಚೆಂದಗಾತಿ

ಅವಳೆಂದರೆ ಸುಂದರ ಜಲಪಾತ
ಅವಳೆಂದರೆ ಬಾಳಿಗೆ ಪಾರಿಜಾತ

ಅವಳೆಂದರೆ ಅಮೃತದ ಒಲವು
ಅವಳೆಂದರೆ ಅದಮ್ಯ ಬಲವು

ಅನಾಮಿಕಾ

ರಚನೆ: ದೀಪಕ್ ಎಸ್ ಜೋಶಿ

❖❖❖

ಹೊಸ ಊರು ಹೊಸ ಅನುಭವಾ, ಏನೋ ಹೊಸತನ....
ಸುತ್ತ ಮುತ್ತಲೂ ಕಂಡೆ ಸ್ನೇಹಾ, ತಿಳಿಯದಿಲ್ಲ ಯಾ..ರ ಮನ

ಕಂಡು ಇಲ್ಲಿ ನಿನ್ನ ಆ ಝಳಿಗೆ
ಅನಿಸಿತು ಏಕೋ.. ಅದೇ ಕ್ಷಣ
ಬಾಳಿನಲ್ಲಿ ನೀ ಬಂದ ಹಾಗೆ
ಮೈ ಮನದಲ್ಲಿ ಏನೋ ತಲ್ಲಣ.

ಕಣ್ಣಲ್ಲೇ ಸಾವಿರ ಪ್ರಶ್ನೆ, ಯಾವತ್ತೂ
ಉತ್ತರ ಸಿಗದ ತಳಮಳ, ನಿನಗೇನು ಗೊತ್ತು
ಪರಿಚಯವಾಗಲು ಬೇಕು ಒಂದು ಭೇಟಿ
ಏಕಾಂತದಲಿ ಸಿಗುವೆಯಾ ಸ್ವಲ್ಪ ಹೊತ್ತು.

ನನ್ನ ಈ ನೋಟದಲ್ಲಿಯ ಮಾತು
ತಿಳಿಯಲಾರಿಯಾ ಚಿನ್ನಾ
ಕೂಗಬೇಕೆಂದರೂ ದೂರದಿ ನಿನ್ನ
ಹೆಸರೇ ಹೇಳಲಿಲ್ಲ, ಹೋಗುವ ಮುನ್ನ.

ನಲ್ಲೆಯ ಮುಂಗುರುಳು.

ರಚನೆ: ವರದ ಉಳವಿ

❖❖❖

ನಾ ನಿನ್ನ ಮುಂಗುರುಳಾಗಬಾರದಿತ್ತೇ..,
ಪದೇ ಪದೇ ತಿದ್ದಿ ತೀಡುವ ,
ನಿನ್ನ ಕೆನ್ನೆಗೆ ಮೆತ್ತನೆ ಮುತ್ತಿಡುವ ,
ಮುಂಗುರುಳಾಗಬಾರದಿತ್ತೆ ....,
ಅತ್ತ ಇತ್ತ ಸುತ್ತಲೂ ನೋಡಿ ,
ಸುಳಿಗಾಳಿಯ ನೆಪ ಮಾಡಿ,
ಕಾಯದೆ ಕ್ಷಣದಲ್ಲಿ ಮುತ್ತಿಕ್ಕುವ ,
ಮುಂಗುರುಳಾಗಬಾರದಿತ್ತೆ...?

ಶ್ರೀರಕ್ಷೆ

ರಚನೆ: ಚೈತ್ರ ಆರ್.ಕೆ.

❖ ❖ ❖

ದೂರತೀರದ ಬೆಟ್ಟದಡಿಯಲಿ ಅಳುತಿದ್ದೆ ನಿಂತು
ಏಕಾಂತವ ಅರಸಿದಾಗ ದುಃಖ ಉಕ್ಕುಕ್ಕಿ ಬಂತು
ನಿನ್ನ ಮಾತುಗಳಿಂದಲೇ ಬಲ ಬಂದಿತು ಜೀವಕೆ
ಮತ್ತೆ ಬದುಕುವ ಭರವಸೆ ಚಿಮ್ಮಿತು ಹೃದಯಕೆ

ಬತ್ತಿದ ಮರುಭೂಮಿಯಲಿ ಬಂದೆ ಓಯಸಿಸ್ನಂತೆ
ಅನುರಾಗ ಬಿರಿಯುತ ಜೇನೊಲವ ಸುರಿಸುವಂತೆ
ಎನ್ನೆದೆಯ ಕವಾಟಲಿ ಪ್ರೀತಿ ಕಾಳಜಿಯ ಸುರಿಸುತ
ಎನ್ನ ಬಾಳಿಗೆ ಶ್ರೀರಕ್ಷೆಯಾಗಿಹೆ ಕೈಹಿಡಿದು ಬರುತ

ಲೇಖನಿಯ ಮಾತು

ರಚನೆ: ಅನಿರುದ್ಧ್ ವಿ ಎ

❖❖❖

ಓ ಲೇಖನಿ ! ನಿನ್ನ ಹೊರೆತು ಬದುಕುವುದೇಗೆ?
ನಿನ್ನ ಮೃದುವಾದ ಮನಸನ್ನು ವರ್ಣಿಸಲಾಗದೆ...
ನಿನ್ನೊಂದಿಗೆ ಮೆಲ್ಲನೆ ಬೆರೆತು ಹೋದೆ ಸದ್ದಿಲ್ಲದೆ...
ಮರಳಿ ಅಣು ಕ್ಷಣವೇ ಪ್ರಿಯ ದೋಸ್ತನಾದೆ...
ಒಬ್ಬಂಟಿ ನೀನಲ್ಲ , ನಮ್ಮಿಬ್ಬರ ಸಂಗಮವೇ ಜೋನಿಬೆಲ್ಲ...

ನೆನಪಿನ ಮೋಡದಲ್ಲಿ ಕಳೆದುಹೋಗಿರುವೆ ಇಂದು...
ಬಾನಾಚೆಗೇರಿ ಸಾಗಿದೆ ಪದಗಳ ಹನಿಯಲ್ಲಿ ಮಿಂದು...
ಮನದೊಡನೆ ಚಿಗುರಿತು ಒಲವಿನ ಭಾವನೆಯೊಂದು...
ತಿಳಿಯಿತೀಗ ಈ ಹುಸಿಗನಸಿಗೆ ಲೇಖನಿಯೆ ಕಾರಣವೆಂದು...
ಒಬ್ಬಂಟಿ ನೀನಲ್ಲ , ನಮ್ಮಿಬ್ಬರ ಸಂಗಮವೇ ಜೋನಿಬೆಲ್ಲ...

ಓ ಲೇಖನಿ ! ನೀನೇಕೆ ಇಷ್ಟೊಂದು ಮೌನ ?
ಮೌನದ ಸುಳಿಯಲ್ಲೆ ಗ್ರಹಿಸದೆ ನಾ ಜಗದ ಜ್ಞಾನ...
ಸಪೂರವಾಗಿದ್ದರು ಸೆಳೆಯುವೆ ಎಲ್ಲರ ಗಮನ...
ನೋವು ನಲಿವಲ್ಲು ನಡೆಸುವೆ ನಾ ಬರವಣಿಗೆಯ ಜೀವನ...
ಒಬ್ಬಂಟಿ ನೀನಲ್ಲ , ನಮ್ಮಿಬ್ಬರ ಸಂಗಮವೇ ಜೋನಿಬೆಲ್ಲ...

ಅಂತರಂಗದ ಪ್ರಶ್ನೆಗಳು

ರಚನೆ: ಯಲ್ಲವ್ವ ನಾಯಕ್

❖ ❖ ❖

ಹೇಗೆ ಬಾಳಲಿ ? ಹೇಗೆ ಬದುಕಲಿ ?
ನಾ ಹೇಗೆ ಬದುಕಿದರೂ ಹೇಗೆ ಬಾಳಿದರು
ನೀ ಹೀಗೇಕೆ ಎಂದು ಪ್ರಶ್ನಿಸುವ ಈ ಜನರ ಮಧ್ಯೆ.

ದಿನವೊಂದು ಪಾತ್ರದೊಡನೆ ದಿನಕ್ಕೊಂದು ಪಾತ್ರವಾಗಿ ಬದುಕಿ
ನನ್ನನ್ನೇ ನಾನು ಮರೆತರು
ಯಾರು ಸಹ ನಾನು ಕೇವಲ ಪಾತ್ರವಲ್ಲ.
ಒಂದು ಭಾವನೆ ಎಂದು ಅರಿಯದೆ
ಹೀಗೇಕೆ ಎಂದು ಪ್ರಶ್ನಿಸುವ ಈ ಜನರ ಮಧ್ಯೆ
ಹೇಗೆ ಬಾಳಲಿ ? ಹೇಗೆ ಬದುಕಲಿ ?

ನಾ ಹೇಗೆ ಬದುಕಿದರು ಹೀಯಾಳಿಸುವ ಈ ಜನರ ಮಧ್ಯೆ
ನನಗಾಗಿ ನಾನು ಬದುಕುವುದನ್ನು ಕಲಿಯಬೇಕಿದೆ.
ಕೇವಲ ಹೆಸರಿಗಾಗಿ ಇರುವ ಈ ಸ್ವಾತಂತ್ರ್ಯವನ್ನು
ನೈಜವಾಗಿ ಪಡೆಯಬೇಕಿದೆ.
ಆದರೆ ನನಗೆ ತಿಳಿಯದಾಗಿದೆ
ಈ ಮನದಾಳದ ನೋವನ್ನು
ಯಾರಿಗೆ ಹೇಳಬೇಕಿದೆ ?

ಕೇಳಿದ್ದೇನೆ

ರಚನೆ: ಡಾ.ಬಸವರಾಜ್ ಬಿಳಗಿ

❖ ❖ ❖

ಕೇಳಿದ್ದೇನೆ, ಕಳೆದ ಕೆಲವು ದಿನಗಳಿಂದ
ನೀನು ಮೊದಲಿನಂತೆ ಇರುವುದಿಲ್ಲವಂತೆ.

ನಿದ್ರೆ, ನೀರಡಿಕೆ ಮರೆತು, ಸದಾ ಯಾವುದೋ
ಚಿಂತೆಯಲ್ಲಿ, ಕಳೆದು ಹೋಗಿರುವೆಯಂತೆ.

ಬಾಗಿಲಿಗೆ ಬಂದು ಸುತ್ತಲೂ ಕಣ್ಣು ಹಾಯಿಸಿ,
ಮತ್ತದೇ ಕತ್ತಲ ಕೋಣೆಗೆ ಹೋಗುವೆಯಂತೆ.

ಯಾವುದೋ ವಸ್ತುವನ್ನು ಎಲ್ಲೋ ಇಟ್ಟು,
ಮನೆಯವರ ಮೇಲೆ ಉರಿದು ಬೀಳುವೆಯಂತೆ.

ಏನಾಗಿದೆ ಎಂದು ಯಾರಾದರೂ ಕೇಳಿದರೆ,
ಕಣ್ಣೋಟದಲ್ಲೇ ಬೆಂಕಿ ಉಗುಳುವೆಯಂತೆ.

ಸರಿಕರು ಬುದ್ಧಿವಾದ ಹೇಳಲು ಮುಂದಾದರೆ,
ನಿಮ್ಮೆದೆಯ ಬೆಂಕಿ ಆರಿಸಿಕೊಳ್ಳಿ ಎನ್ನುವೆಯಂತೆ.

ನನ್ನವ್ವ

ರಚನೆ: ಪ್ರೇಮಾ. ಎ. ಬನಸೋಡೆ

❖❖❖

ಹೊಟ್ಟೆಯಲ್ಲಿ ನಾ ಮೊಟ್ಟೆಯಾಗಿ
ಮೂಡುವಷ್ಟರಲ್ಲಿ ಅವಳಿಗೇಷ್ಟು ಖುಷಿ

ಈ ಪ್ರಪಂಚಕ್ಕೆ ಕಾಲಿಡೋ ದಿನಕ್ಕೆ
ಅವಳೆಷ್ಟು ಅನುಭವಿಸುವಳೋ ಆ ಕಸಿ - ವಿಸಿ

ಹಗಲು ರಾತ್ರಿ ಎನ್ನದೇ
ಅವಳೆಷ್ಟು ಸಹಿಸಿಕೊಳ್ಳುವಳೋ
ಆ ಸುಡುವ ಒಲೆಯ ಬಿಸಿ

ಅದೆಷ್ಟೋ ಕನಸುಗಳು ನನಸಾಗದೇ ಮಾಡಿವೆ
ಆ ಹೃದಯಕ್ಕೆ ಹುಸಿ

ಅವ್ವ ನಿನ್ನ ಕಷ್ಟ ನಷ್ಟಗಳೆಲ್ಲವು ನಶಿಸಿ
ಮತ್ತೆ ಮೂಡಿಸುವೇ ನಿನ್ನ ಮೊಗದಲ್ಲಿ ಖುಷಿ

ಹೆಣ್ಣಿನೊಳಗೊಂದು ಹೆಣ್ಣು

ರಚನೆ: ಶ್ವೇತಾ ಜಯಕರ್

❖❖❖

ಒಂದು ಹನಿ ರಕ್ತ ದೊಳಗೆ ಮೂಡಿ
ತಾಯಿ ದೇವತೆಯ ಗರ್ಭದೊಳಗೆ ಮನೆಮಾಡಿ
ನವಮಾಸಗಳನ್ನು
ನವರಾತ್ರಿಯಂತೆ ಕಳೆದು
ಹೊರ ಜಗತ್ತನ್ನು ಕಾಣುವ ಖುಷಿಯಲ್ಲಿದ್ದರೆ,
ಅದೇ ಗರ್ಭಗುಡಿಯಲ್ಲಿ ನನ್ನನ್ನು
ಹೊಸಕು ಹಾಕಿದವರು ನೀವೇ
ಯಾಕೆ ಹೆಣ್ಣಿನೊಳಗೊಂದು ಹೆಣ್ಣು ಹುಟ್ಟ ಬಾರದೆ?
ಹೆಣ್ಣು ಮತ್ತೊಂದು ಹೆಣ್ಣಿನ ತಾಯಿ ಆಗಬಾರದೆ?
ಒಂದು ಹನಿ ರಕ್ತದಲ್ಲಿ ಜನನ
ಒಂದು ಹಿಡಿ ಮಣ್ಣಿನಲ್ಲಿ ಮರಣ
ಇದು ನನ್ನ ಪಾಲಿಗೆ ಹುಸಿ ಕನಸಿಗೆ ಕಾರಣ
ನನಗೆ ತಾಯಿ ಗರ್ಭಗುಡಿಯೇ ಜನನದ ಸ್ಥಾನ
ತಾಯಿ ಗರ್ಭಗುಡಿಯೇ ಮರಣದ ತಾಣ
ಇಂತಿ ತೀರಿತು ನನ್ನ - ತಾಯಿಯ ಋಣ

Trend ನಡದೈತ್ರೀ ಸಿಕ್ಕಾ..ಪಟ್ಟೆ ಟ್ರೆಂಡ್ ನಡದೈತಿ

ರಚನೆ: ರುದ್ರಗೌಡ ಎಸ್ ಪಾಟೀಲ್

❖ ❖ ❖

ಕಾಲೇಜಿಗೆ ಹೋಗಿ ಸ್ವಲ್ಪ ಹೊತ್ತು ಕೇಳಲಾರದೇ ಪಾಠ ಕೂತು
ಓದೋದಂತೂ ದೂರದ ಮಾತು /Trend ನಡದೈತ್ರೀ/

ಕೈಯಾಗೊಂದು ಮೊಬೈಲ್ ಫೋನು ಕಿವ್ಯಾಗೊಂದು ಇಯರ್ ಫೋನು
ದಿನಾ ಪೂರ್ತಿ ಆನ್,, ಲೈನು/Trend ನಡದೈತ್ರೀ/

ತಿಂಡಿ ಅಂದರೆ ಮೂಗು ಮುರದು ಊಟಾ ಅಂದ್ರೆ ದೂರ ಸರದು
ಅರ್ಧ ಬೆಂದ ಎಗ್ ರೈಸ್ ತಿನ್ನೋದು/Trend ನಡದೈತ್ರೀ/

ಆನ್ ಲೈನ್ ಸೇಲು.. ಬರ್ಜರಿ ಡೀಲು ಕಣ್ಣು ಕುಕ್ಕೋ ಬಗೆಬಗೆ ಮಾಲು
ಇದೂ ಬೇಕು ಅದೂ ಬೇಕು ಕೊಳ್ಳುವ ತೆವಲು/Trend ನಡದೈತ್ರೀ/

ಯಾರಿದ್ದ..ರೇನು ಆಜು ಬಾಜು ಹೋದಲೇಲ್ಲಾ ಸೆಲ್ಫೀ ಕ್ರೇಜು
ಹುಟ್ಟಿಸುತ್ತೆ ಮನಸಿಗೆ ರೇಜು/Trend ನಡದೈತ್ರೀ/

ಜನರಲ್ ನಾಲೆಜ್ ನಿಲ್ಲೋ ನಿಲ್ಲು ಆಸಕ್ತಿ ಇಲ್ಲ ಯಾವುದರಲ್ಲೂ
ತಲೆತುಂಬ ಜಪವೊಂದೇ ಐಪಿ ಎಲ್ಲು/Trend ನಡದೈತ್ರೀ/

ಹಿರಿಯರ ಮಾತು ರುಚಿಸಂಗಿಲ್ಲ ನೀತಿ ನಿಯಮನಡೆಯೋದಿಲ್ಲ
ಫೇಸ್ಬುಕ್ ವಾಟ್ಸಪ್ ಇವರಿಗೆ ಎಲ್ಲಾ./Trend ನಡದೈತ್ರೀ/

ಸ್ವಾತಂತ್ರ್ಯ

ರಚನೆ: ದಸ್ತಿಗೀರ್ ಕಲ್ಲಹಳ್ಳಿ

❖ ❖ ❖

ಹೊಟ್ಟೆ ಪಾಡಿಗಾಗಿ ಬಲೂನು ಮಾರುವ
ತಂಗಲೂ ತಾವಿಲ್ಲದ ಗುಡಿಸಲಲಿ ಮಲಗುವ
ಕಡುಬಡವಿಯರಿರಲು ನಮ್ಮದೆಂತಹ ಜನುಮ
ಎನಿಸಿತು,

ಮಧ್ಯರಾತ್ರಿಯೊಳು ಬಿಡದ ಕಾಮಪಿಶಾಚಿಗಳ
ವಿಕೃತ ಕ್ರೌರ್ಯದಿ ಮನುಕುಲವು ಬೆತ್ತಲಾದ
ಧಾರುಣತೆಯ ಕಂಡು ಬಾಪು ನುಡಿದ ನುಡಿ
ನೆನಪಾಯಿತು

ನಟ್ಟಿರೊಳೊಳು ಹೆಣ್ಣು ಮಗಳೊಬ್ಬಳು
ನಿರ್ಭೀತಿಯಿಂದ ನಡುರಸ್ತೆಯೊಳು
ನಡೆದಾಡಿದರೆ ಅದು ನಿಜವಾದ ಸ್ವಾತಂತ್ರ್ಯ
ಎಂದು ಮನಸು ಗುನುಗಿತು

ದೂರಾಗದಿರು ಇನ್ನು!

ರಚನೆ: ರಮೇಶ ಕೊಣ್ಣೂರ

❖❖❖

ಹತ್ತಿರ ವಿದ್ದರೂ ಕಾಣದೆ ಕುಳಿತೆ ಕಣ್ಣಳತೆ
ದೂರದಿ ಸ್ಥಿರವಾಗಿ ನೆಲೆ ಊರಿದ್ದೀಯ ನನ್ನ
ಈ ಮನದಲ್ಲಿ ಕೂಡಿ ಕಳೆದು ದಿನಗಳು ನೆನೆದು
ಒಂದೇ ಸಮನೆ ಗಾಸಿ ಮಾಡುತ್ತಿವೆ ...

ಪರಿಚಯದಲ್ಲಿ ನೀಡಿರುವ ಆ ಭರವಸೆ ಮಾತುಗಳು..
ವಿದಾಯ ಹೇಳಬಯಸುವಾಗ ಮರೆತು ಹೋಯಿತೇ..
ಕೊನೆಯ ಶುರುವೇ ... ಶುರುವಿನ್ನ!!

ಕಂಡ ಕನಸುಗಳ ಮರೆಮಾಚುತ...
ಮನದಲ್ಲಿ ಮೂಡಿರುವ ಭಾವನೆಗಳಿಗೆ..
ನಿನಗೆ ನೀನೆ ಸುಳ್ಳು ನುಡಿದಿರುವೆ..

ನನ್ನನ್ನು ತೊರೆಯಲು ಹುಡುಕದಿರು
ನೀ ಕಾರಣವನ್ನು..
ಅನುಸರಿಸು ಅನುರಾಗ!.
ಪಾಲಿಸು ಬಾ ಪ್ರೇಮ ಯೋಗ ದೂರಾಗದಿರು...
ನೀ ಇನ್ನು!!

ಭೂಮಿಯೊಂದಿಗೆ ಬದುಕು

ರಚನೆ: ಶ್ರೀಧರ್ ಕತ್ರಾಲ್

❖❖❖

ತಿರುಗುವ ಭೂಮಿ ಎಲ್ಲವು ತೀರಿ ಹೋಗುವುದು
ಅದೇ ಸೊಗಡು ಅದೇ ಸುಡುಗಾಡು

ಗುರುತಿನ ಜನರಿಲ್ಲಿ, ಗುರು ಏಕೆ ಗೋತ್ರ ಬೇಕೆ
ದುಡಿದು ದಣಿದು ಇದ್ದರೆ ಸಾಕೆ

ನಕ್ಷೆಯ ನಶೆಯಲ್ಲಿ ನಶಿಸಿ ಹೋಗುವುದು
ಸುಖವು ಜಾರಿ ಸಂಧರ್ಭಕ್ಕೆ ಶರಣಾಗುವುದು.

ಮೋಹದ ದೇಹಗಳು ತೀರದ ದಾಹಗಳು
ಎಲ್ಲ ಭಾವಗಳ ಮಿಶ್ರಿತ ಜೀವಗಳು.

ಕಲೆಯ ಕೊಲ್ಲುವ ಕೊಳೆಯ ಕೊಳ್ಳುವ
ಕೊಳಕು ಬೆಳಕು ಎಲ್ಲಾ ಬೇಕೆಂದು ಬಾಳುವ

ಹಾಳೆಗಾಗಿ ಹಾಳಾಗಿ ನಾಳೆಗಾಗಿ ಆಳಾಗಿ
ಹಾಗೂ ಹೀಗೂ ಎಲ್ಲಾ ಬದುಕಿಗಾಗಿ

ಎಲ್ಲರಿಗೂ ಸೇರೋಣ ಏನೊಂದೂ ಮಾಡೋಣ
ನಮ್ಮಷ್ಟಕ್ಕೆ ನಮ್ಮ ಇಷ್ಟಕ್ಕೆ ನಾವ್ ಇರೋಣ.

ಸ್ವಾರ್ಥ ಸಂಗಾತಿ

ರಚನೆ: ಅಕ್ಷತಾ ಚ ಹಿರೇಮಠ

❖❖❖

ನಿಮ್ಮ ಅಂತರಂಗದಲ್ಲಿ ನಲಿಯಬೇಕೆನ್ನುವ
ನವಿಲು ನಾನು
ನನ್ನ ಪ್ರತಿ ಭಾವವು ನೀವಾಗಬೇಕೆನ್ನುವ
ಕಾದಂಬರಿ ನಾನು
ನಿಮ್ಮ ಪ್ರಕಾಶತೆಯನ್ನೂ ಹೆಚ್ಚಿಸಬೇಕೆನ್ನುವ
ಇರುಳು ನಾನು
ನಿಮ್ಮ ಪ್ರತಿಹೆಜ್ಜೆಯನ್ನು ಹಿಂಬಾಲಿಸಬೇಕೆನ್ನುವ
ನೆರಳು ನಾನು
ನಿಮ್ಮ ಹೃದಯಂಗಳದ ಧಮನಿಯಲ್ಲಿ
ಹರಿಯಬೇಕೆನ್ನುವ ನೆತ್ತರು ನಾನು
ನಿಮ್ಮ ಎಲ್ಲಾ ಬಯಕೆಗಳಿಗೆ ಬಲವಾಗಬೇಕೆನ್ನುವ ಚೇತನ ನಾನು
ಹೀಗೆ, ನಿಮ್ಮ ಬದುಕಲ್ಲಿ,
ನಿಮಗೇ ಎಲ್ಲವು ನಾನೇ ಆಗಬೇಕೆನ್ನುವ
ಸ್ವಾರ್ಥ ಸಂಗಾತಿ ನಾನು

ಸಂಪತ್ತು

ರಚನೆ: ಜ್ಯೋತಿ ನಾಯಕ್ ರಾಥೋಡ್

❖❖❖

ಹೆಣ್ಣು ಹೊನ್ನು ಮಣ್ಣ ಸಿರಿಗೆ
ಸೆಣಸಿ ಮಣ್ಣಾಗಿ ಹೋಗಿಹರು
ಓದು ಸಿರಿಯ ಬಯಸಿದವರು
ಬೆಳಕಾಗಿ ಮಿನುಗಿಹರು!

ಬುದ್ಧ,ಬಸವ,ಗಾಂಧಿಯಂತೆ
ನಾಡ ಸಿರಿಯಾಗಿರಿ
ಬಾಬಾ ಸಾಹೇಬರಂತೆ ಜ್ಞಾನಿಯಾಗಿ
ಗುಡುಗು ಸಿಡಿಲು ಆಗಿರಿ!

ಕನಕ,ಪುರಂದರ, ಅಲ್ಲಮರರಂತೆ
ಸುಗುಣ ಶೀಲರಾಗಿರಿ
ಅರಿವ ಬೆಳಕು ಬಾಳ ಕೊಳಕು
ಹಸನಾಗಿಸಿ ಸಾಗಿರಿ!

ನಮ್ಮ ಉಸಿರು ನಾಡ ಹಸಿರು
ಪ್ರಕೃತಿ ಪ್ರೇಮ ಹೆಚ್ಚಲಿ
ವಿಕಾರ ಅಳಿದು ವಿನಯ ಮೊಳೆದು
ನಾಡ ಸಿರಿ ಹಬ್ಬಲಿ!

ಗುಣದ ಕ್ಷಾಮ ಇಲ್ಲ ಕ್ಷಮೆ
ಅರಿತು ಬಾಳು ಅನುಜ
ನಶಿಸೋ ಸಿರಿಯ ನೆಚ್ಚದಿರು
ಬದುಕು ಹಸನಾದೀತು ಮನುಜ!

ಆಸೆ ನನಗೆ!

ರಚನೆ: ಗಂಗಮ್ಮ ಶೇಖರಪ್ಪ ಗಿರಿಸಾಗರ

❖ ❖ ❖

ನೀವು ಬಿತ್ತಿದ ವಿದ್ಯೆ ಎಂಬ ಬೀಜದಿಂದ,
ವಿಧೇಯಳಾಗುವ ಆಸೆ ನನಗೆ!

ನಿಮ್ಮ ಮಾರ್ಗದರ್ಶನದಿಂದ ಬೆಳೆಯುವ,
ಪೈರಾಗುವ ಆಸೆ ನನಗೆ!

ನನ್ನ ತಪ್ಪುಗಳನ್ನು ತಿದ್ದಿ ಸರಿಪಡಿಸಿದವರು ನೀವು,
ನಿಮ್ಮ ಹಾದಿಯಲ್ಲಿ ಸಾಗುವ ಆಸೆ ನನಗೆ!

ನನ್ನ ಪ್ರತಿ ಹೆಜ್ಜೆಯ ಹಿಂದಿರುವ ಶಕ್ತಿ ನೀವು,
ನಿಮ್ಮಂತೆ ಸ್ಫೂರ್ತಿ ಆಗುವ ಆಸೆ ನನಗೆ!

ನೀವು ಕಲಿಸಿದ ಪಾಠವನ್ನು ಅರಿತು,
ಧನ್ಯಳಾಗುವ ಆಸೆ ನನಗೆ!

ನಿಮ್ಮ ಕೈಯಲ್ಲಿ ಕಲಿಯಬೇಕೆನ್ನುವ,
ಕಲಿಕೆಯ ಆಸೆ ನನಗೆ!

ನಿಮ್ಮ ನಿಷ್ಕಲ್ಮಶ ಸೇವೆಯಲ್ಲಿ ಸದಾ,
ವಿಧೇಯ ವಿಧ್ಯಾರ್ಥಿನಿ ಆಗುವ ಆಸೆ ನನಗೆ!
ಸದಾ ನಿಮಗೆ ಋಣಿ ಆಗುವ ಆಸೆ ನನಗೆ!

ವಿಶ್ವಪ್ರೀತಿಯ ದಾರಿ

ರಚನೆ: ಪ್ರಹ್ಲಾದ್ ಅಥಣಿ

❖❖❖

ಬೀಸುವ ಗಾಳಿ ಜಾತಿ ಕೇಳಿಲ್ಲ ಯಾರಿಗ,
ಹರಿಯುವ ನೀರ ಮುಟ್ಟಬ್ಯಾಡ ಅಂದಿಲ್ಲ ನಿಮಗ..!
ಜಾತಿ ಗದ್ದಲದಾಗ ನೀತಿ ಮರೆತಿರೋ,
ಜಾತಿ ಮುಖ್ಯ ಅಲ್ಲ ನೀತಿ ಮುಖ್ಯ ತಿಳಿಯೋ ಮನುಜ ಮಾರ್ಗ..!

ಹೊತ್ತ ಭೂಮಿ ಕುಲ ಕೇಳಿಲ್ಲ ನಿಮಗ,
ಹುಟ್ಟಿದ ಸೂರ್ಯ ಕತ್ತಲು ನೀಡಿಲ್ಲ ಯಾರಿಗ..!
ಹರಿಯುವ ರಕ್ತ ಒಂದೇ ಐತಿ ಮಯ್ಯಾಗ,
ಇದನ್ನ ತಿಳಿದು ನಡಿ ಜೀವನಾದೀತು ಸಾರ್ಥಕ..!

ನೆಲೆಯ ಬಣ್ಣ ಒಂದೇ ಐತಿ ಕಣ್ಣಾಗ,
ಭಗವಂತನ ಪ್ರೀತಿ ಬೆರಿಲ್ಲ ಯಾರಿಗ..!
ಅಂತರಾತ್ಮವ ಅರಿತು ನಡಿ ಮುಂದಲಗ,
ಉತ್ತೇಜನ ನೆರೆಯುಹುದು ನಿನ್ನ ಜೀವನದಾಗ..!

ತಾಯಿಯ ಪ್ರೀತಿ ಒಂದೇ ಐತಿ ಎಲ್ಲರಿಗ,
ನೆನಪಿಟ್ಟುಕೋ ಒಂದಿನ ಹೋಗುದೈತಿ ಮಣ್ಣಾಗ..!
ಭೋದನೆ ಬೇಕಿಲ್ಲ ಇಷ್ಟೆಲ್ಲ ಅರಿತವಂಗ,
ವಿಶ್ವಪ್ರೀತಿ ಸಾಧಿಸಿಯಾನು ಇವತ್ತಿನ ಜಗದಾಗ..!

ನನ್ನೊಳಗಿನ ಅವನು

ರಚನೆ: ಗಿರೀಶ್ ಮಾಯಾಚಾರಿ

❖❖❖

ಹತಾಶಾಭಾವದ ಬಿರುಗಾಳಿಗೆ ತತ್ತರಿಸಿ
ಕಾಲೆಳೆಯುತಾ ಹೋಗೆದುರಿಗೆ ನಿಂತೆ
ನಿಟ್ಟುಸಿರೆಳೆದು ನೋಡಿದೆ ದಿಟ್ಟಿಸಿ
ಕಂಡನು ಸ್ವಾನುಕಂಪದಿ ಮುಳುಗಿದಂತೆ
ಕೋಪದಿಂದಲೇ ಕೇಳಿದೆ ಪ್ರಶ್ನೆಗಳನು

ನನ್ನನು ವೈರಿಯೆಂದು ಪರಿಗಣಿಸಿ
ವರ್ತಿಸಿದೆಯೇಕೆ ಅಸಹಾಯಕನಂತೆ
ನನ್ನೆಲ್ಲ ಸಲಹೆಗಳನು ಕಡೆಗಣಿಸಿ
ನಿಂತಿರುವೆಯೇಕೆ ಮೂರ್ಖನಂತೆ
ಕೈಬಿಟ್ಟೆಯೇಕೆ ಸಿಕ್ಕ ಅವಕಾಶಗಳನು

ಮೌನವಾಗಿ ನಿಂತಿರುವನು ತಲೆತಗ್ಗಿಸಿ
ಭುಗಿಲೆದ್ದಿತು ಆಕ್ರೋಶ ಜ್ವಾಲೆಗಳಂತೆ
ಬಲವೆಲ್ಲಾ ಬಿಟ್ಟು ಹೊಡೆದೆ ಕೈಬೀಸಿ
ರಕ್ತ ಸುರಿಯೆ ಕೈಯಿಂದ ಮಳೆಯಂತೆ
ಮೆಲ್ಲನೆ ತೆಗೆದೆ ಕನ್ನಡಿಯ ಚೂರುಗಳನು

ಸಮರದ ಸ್ಮರಣೆ

ರಚನೆ: ರಮಾಬಾಯಿ ವಿಲಾಸ ಹಿರೇಮಣಿ

❖❖❖

ಅಡಿ-ಅಡಿ ಜಾಗಕ್ಕೂ ಗಡಿ-ಗಡಿ ಜಗಳಾಡುವವರು,
ಗಡಿಕಾಯುವ ಯೋಧರ ರಕ್ತ-ಸಿಕ್ತ ಚರಿತ್ರೆಯ ಮರೆತ್ತಿರುವವರು,
ಈ ಮೂರ್ಖ ಜನ..!

ನ್ಯಾಯವ ಮಾರಿದರು ನೀತಿಯ ಒದ್ದವರು,
ನಿಶ್ಚಿಂತರಾಗಲು ಕಾರಣರಾದ ದೇಶದ
ಕಣ್ಮಣಿಗಳ ಕಣ್ಗಾವಲವನ್ನು ಮರೆತ್ತಿರುವವರು.
ಈ ಮೂರ್ಖ ಜನ..!

ಸತ್ಯವ ಸಮಾಧಿಯ ಮಾಡಿದರು ಸುಳ್ಳಿನ ಮನೆಯ ಕಟ್ಟಿದರು,
ಭದ್ರಕೋಟೆ ಭುನಾದಿಯ
ಸೈನಿಕರ ತ್ಯಾಗವ ಮರೆತ್ತಿರುವವರು,
ಈ ಮೂರ್ಖ ಜನ..!

ಕರುಣೆಯ ಕಿತ್ತೆಸೆದರು ಕರಾಳ ಕೃತ್ಯಗಳ ಸೃಷ್ಟಿಸಿದರು,
ನಿಸ್ವಾರ್ಥ ಸೇವಕರ ಸೇವೆಯ ಮರೆತ್ತಿರುವವರು,
ಈ ಮೂರ್ಖ ಜನ..!

ನಾನು ನನ್ನದೆಂದು ಮರೆತ್ತರುವವರು
ತನ್ನದೇ ಮೇಲೆಂದು ಕುಣಿಯುತ್ತಿರುವವರು,
ತನು ಮನ ಧನ ಸಮರ್ಪಿಸಿ
ಸಮರ ಸಾರಿದ ಸರದಾರ ಸಾಹಸ ಮರೆತ್ತಿರುವವರು,
ಈ ಮೂರ್ಖ ಜನ..!

ಕರುನಾಡ ದರ್ಶನ

ರಚನೆ: ಸತೀಶ್ ಜೆ ಜಿ

❖❖❖

ನಮನ ನಮನ ಕೋಟಿ ನಮನ
ತಾಯೆ ನಿನ್ನ ಮಡಿಲಿಗೆ
ವೀರಮಾತೆ ಶೌರ್ಯಧಾತೆ
ಇರಲಿ ಈ ಪ್ರಾಣ ನಿನ್ನ ಒಡಲಿಗೆ

ಸೂರ್ಯನಾ ಬಣ್ಣ ಚಿನ್ನದಾ ಹಣ್ಣ
ತೆರೆದುನೋಡೊ ಅಣ್ಣಾ
ಕೆಂಪಾನೇ ಮಣ್ಣ ಭಾವುಟಕ್ಕೆರಡು ಕಣ್ಣ
ಕೊಟ್ಟನಂತೆ ಮುಕ್ಕಣ್ಣ ಹಳದಿ ಕೆಂಪಾನೇ ಬಣ್ಣ
ಹಣೆಗಿಟ್ಟ ಕನ್ನಡದ ಹೆಣ್ಣ

ಪುಣ್ಯದ ಬೀಡಿದು ನಾಡಿನ ಗೀತೆಯು
ಮಣ್ಣಿನ ಮಹಿಮೆಯು ರೈತನ ಚರಿತೆಯು
ಧರ್ಮದ ಪೀಠವು ಭುವನೇಶ್ವರಿ ಮಾತೆಯು
ಕಲೆಗಳ ಕಿರೀಟವು ತಾಯಿಯ ಮಮತೆಯು

ಕುಟುಂಬ

ರಚನೆ: ಗಂಗೂ ಸಿ ಮಾಗಿ

❖ ❖ ❖

ಮಜ ತುಂಬಿದ ಕೂಡುಕುಟುಂಬ
ಸಂಸ್ಕಾರದ ಪ್ರತಿಬಿಂಬ
ಸಂಬಂಧಕೆ ಆಧಾರಸ್ತಂಭ
ಉತ್ಸಾಹದ ಸುರಿಮಳೆ ಇಲ್ಲೆಲ್ಲ
ಮಾತಿಗೂ ನಗುವಿಗೂ ಬರವಿಲ್ಲ
ಒಂಟಿತನದ ಸುಳಿವಿಲ್ಲ
ನೈತಿಕತೆಯ ಆಲಿಂಗನ
ಪ್ರೀತಿ ಹಾರೈಕೆಗಳ ಸಮ್ಮಿಲನ
ಸಂಭ್ರಮದ ಹಬ್ಬಹರಿದಿನ
ಊಟ ಸವಿಯುವ ಹೊತ್ತು
ಬಾಂಧವ್ಯ ಬೆಸೆಯುವ ತುತ್ತು
ಮಾಧುರ್ಯತೆಯ ಗಮ್ಮತ್ತು
ಹಿರಿಯ ಜೀವಗಳ ನೆರಳಿನ
ಕಿರಿಯರ ಅಂದದ ಮೋಜಿನ
ಒಲವು ತುಂಬಿದ ಹೂರಣ

ಸುಂದರ ಸ್ವಪ್ನ

ರಚನೆ: ಡಾ.ಪ್ರಶಾಂತ್ ಮಾವರಕರ್

❖❖❖

ಮುಂಜಾನೆ ಬೆಳಗಿತ್ತು..
ಕರೆಯೊಂದು ಬಂದಿತ್ತು...
ಹಲೋ ಎಂದ ಧ್ವನಿಯಲ್ಲಿ ಗತ್ತು..
ಮಂದಹಾಸ ಮೂಡಿತ್ತು...

ಪರಸ್ಪರ- ಕುಶಲೋಪರಿಯ ವಿನಿಮಯ...
ಇಟ್ಟರು ವೀಸಾ ತೆಗೆಸಲು ಬೇಡಿಕೆಯ..
ಕೊಟ್ಟಿದ್ದರು ಗಡವು ನಿಗದಿತ ಸಮಯವ..
ಆನಂತರ ಉಡೇರುವುದು ವಿಮಾನಯಾಣವ..

ಸುಂದರಿಯರಿಂದ ಸ್ವಾಗತ...
ತಿಳಿಸಿದರು ಧೀರ್ಘ ಪ್ರಯಾಣದ ಇಂಗಿತ..
ಕಣ್ಣುಮುಚ್ಚಿ ಪಠಿಸಲು ದೇವರ ನಾಮಾಂಕಿತ..
ಸಾಗಿತ್ತು ನಮ್ಮ ಪ್ರಯಾಣ ಅಮೇರಿಕಾದತ್ತ..

ಕಾದಿತ್ತು ಏರ್ಪೋರ್ಟ್ ನಲ್ಲಿ ಕಾರು..
ಅಲ್ಲಿಯ ಚಳಿಗೆ ನೆನಪಾಗಿತ್ತು ಬಾರು..
ಸುಂದರ ಸ್ವಪ್ನದ ನಿದ್ದೆ ಜೋರು..
ಹೆಂಡತಿ ಕೂಗುತಿದ್ದಳು ಬರ್ತಿಲ್ಲ ರೀ.... ನೀರು...!

ಪೂಜಿಸುವುದಾದರೆ

ರಚನೆ: ಡಾ.ದಿವಾಕರ್. ಡಿ

❖❖❖

ಪೂಜಿಸುವುದಾದರೆ ಪೂಜಿಸಿ ಬಿಡೋಣ..!!
ಕಡುಕಪ್ಪ ಕಲ್ಲಿಗೆ ಪ್ರಾಣ ಪ್ರತಿಷ್ಠಾಪನಗೈದವ...!
ಜೀಮನ್ಮರಣದಿ ನರಳುತ್ತಿರುವವನ ಉಸಿರನುಳಿಸಲೆಂದು...
ಭಕ್ತರು ಮೃಷ್ಟಾನ್ನ ನೈವೇದ್ಯವ ನುಂಗಿದ ಕಲ್ಲು..!
ತುತ್ತು ಅನ್ನಕೂ ಕೈಯೊಡ್ಡಿದವನ ಹೊಟ್ಟೆಯ ಹಸಿವನಾರಿಸಲೆಂದು..!!

ಹುಟ್ಟಿನಿಂದ ಸಾವಿನವರೆಗೂ ತುಪ್ಪದ ದೀಪ ಹಚ್ಚಿದವನ ಮನದಲಿ..!
ಅಸೂಯೆ ಅಹಂಕಾರ ಅಧರ್ಮದ ಕಿಡಿ ಬದುಕಲಿ ಮೂಡದಿರಲೆಂದು..!!
ಸಕಲ ಲೋಕವಾನಳುವವನಿಗೆ ಸರ್ವರಳೊ ಸಮನಾಗಿರೆಂದು..!
ಮೇಲು-ಕೀಳು ಉಚ್ಚ-ನೀಚನೆಂಬ ಅಧಮರ ಅಂತ್ಯವಾಗಲೆಂದು..!!

ನ್ಯಾಯ - ನೀತಿ, ಒಲವು - ಗೆಲುವು ಬರಿ ಬಾಯಿ ಮಾತಿನ ಸಕ್ಕರೆಯೆನ್ನುವ..!
ಗೋಸುಂಬೆಯೆನೇ ಮೀರಿಸುವ ಕುಲಾಂತಕ ಕೀಚಕರ ಕೊನೆಯಾಗಲೆಂದು..!!
ತನ್ನಂತ ಇತರರ ಅರಿಯದಿರೆ ಮೂಢ ಮೌಢ್ಯವ ಬೆನ್ನಹತ್ತಿ ಸಲಹುತಿರೆ..!
ಮನದಲಿ ದ್ವೇಷಾಗ್ನಿ ಜ್ವಲಿಸುತಿರೆ ಒಡಲೊಳ ಸ್ವಾರ್ಥವೇ ತುಂಬಿರೆ..!!

ಪೂಜಿಸುವುದನೆ ಮರೆತು ಬಿಡೋಣ..?
ಅಂತರಂಗದಿ ಶುದ್ಧವಿರದಿರೆ ದಳ್ಳುರಿ ಹೊಗೆಯಾಡುತಿರೆ..!!
ಅಸೂಯೆ ಸುಡುತಿರೆ ನಾನೆಂಬ ಅಹಂ ಅಳಿಯದಿರೆ..!!

ಅನಾಥನ ಕೊರತೆ

ರಚನೆ: ಶಮ್ಮೀಮ್ ನವರಂಗ ಹಳೆಯಂಗಡಿ

❖❖❖

ಎದೆಯಲಿತ್ತೊಂದು ಕೊರತೆ
ಜನ್ಮ ತಾಳುವಾಗ ಸಹೋದರಿಯೊಂದರ
ಎಂದು ಮನದಿ ತುಂಬಾ ವರತೆ
ಆಗಬಹುದಿತ್ತೇನೋ ಈ ಜೀವನ ಸುಂದರ

ಮನದಲಿತ್ತೊಂದು ಕೊರತೆ...
ಬಾಲ್ಯದ ದಿನಗಳಲಿ ಬಾಲ್ಯಸ್ನೇಹಿತೆಯೊಬ್ಬಳ
ಆಗಬಹುದಿತ್ತೇನೋ ಈ ಜೀವನ...
ಸುಖ ದುಃಖ ಹಂಚಬಹುದಿತ್ತೆಂಬ ಹಂಬಲ...

ದುಗುಡದಾಗೊಂದು ಕೊರತೆ...
ಮದುವೆಯ ಶುಭ ದಿನದಿ ಅಜ್ಜಿಯ ಹಾರೈಕೆಯ
ಬಂದವರ ಮುಂದೆ ನಿಂತು ಎಲ್ಲರಲೂ ಹರಟಲು
ತನ್ನ ಮೊಮ್ಮಗನ ಬಗೆಗಿನ ಓಲೈಕೆಯ...

ಶುಭ ಸುದ್ದಿಯಲೊಂದು ಕೊರತೆ...
ಗಂಡು ಮಗುವಿನ ಗಳಿಗೆಯಲಿ ಅಕ್ಕ ಎನ್ನುವವಳ
ಸಂತಾನದ ಸಂತೋಷದಿ ಹಂಚಿಕೊಳ್ಳಲು
ಮಡದಿಯ ಓಲೈಸಲು, ಸಾಕ್ಷಾತ್ಕಾರದಿ ಬಾಳಿದವಳ

ಅವಿವಾಹಿತನಾಗೊಂದು ಕೊರತೆ...
ರೋಗ ರುಜಿನಗಳನ್ನೊಳಗೊಂಡ ವೃದ್ಧಾಪ್ಯದಲಿ
ಅವಸಾನ ಕಾಲದ ಆರೈಕೆ ಮಾಡಿಕೊಳ್ಳಲು
ಕಟ್ಟಿಕೊಂಡ ಮಡದಿಯ ಕೊರತೆ

ನನ್ನೊಲವೆ

ರಚನೆ: ತಿರುಪತಿ ಎಸ್. ಪೂಜಾರ

❖ ❖ ❖

ನಡೆಸಿದೆ ಹೃದಯ ನಿನ್ನಯ ಗುಣಗಾನ
ನನ್ನನ್ನೂ ಕೇಳದೆ ಪಿಸುಮಾತನಾಡಿದೆ
ನಿನ್ನ ಹೃದಯದೊಂದಿಗೆ ತಲ್ಲಣಗೊಂಡು

ಹೇಳದೆ ಕಡಲು ದಾರಿ ತುಳಿಯುತ್ತಿದೆ ಮನ
ನಿನ್ನನ್ನೇ ನೆನೆಯುತ ಹರದಾರಿ ಸಾಗಿದೆ
ಎನ್ನ ಮನದ ಹಂಗನೂ ಮರೆತು

ರಮಿಸು ಒಲವೆ ನಿನ್ನಯ ಮಧುರ ಕಾವ್ಯದ
ಕವನೆರಳನು ಕಾದು ಕುಳಿತ ಪ್ರೇಮಪಾರಿವಾಳಕೆ
ನನ್ನಯ ಅರಿವಿಗೂ ಬಾರದೆ ಪ್ರೇಮೋತ್ಸಾಹದ ಪುಳಕವಾಗಿದೆ

ನಿನ್ನ ಪ್ರೇಮದ ಅಲೆಗಳ ರಭಸಕ್ಕೆ ನಿಲ್ಲದಾದೆನು
ಪ್ರಳಯದ ಅನುಭವ ಪಡೆಯದ ನಿನ್ನೀ ಇನಿಯನ
ಅರಳು ನಯವಾದ ನಯನ ಪುತ್ರಿಕೆ

ದಾರಿ ತಪ್ಪಿಹೋಗಿದೆ ಮಾರ್ಗಮಧ್ಯೆ
ಕೈ ಹಿಡಿದು ಎನ್ನನು ದಡ ಸೇರಿಸು ಬಾ
ನನ್ನೊಲವಿನ ಪ್ರೇಮ ಸಿಂಚನದ ವನಜವೆ

ನಿನ್ನಲ್ಲಿ ನಾನು, ನನ್ನಲ್ಲಿ ನೀನು

ರಚನೆ: ಪೂಜಾ ಎಲ್. ಹುಕ್ಕೇರಿ

❖❖❖

ನಿನ್ನೊಡನೆ ಬಾಳುವ ಭಾಗ್ಯ ನನಗೆ ದೊರೆಯದಾದಾಗ,
ನನ್ನನ್ನೆ ನನ್ನಿಂದ ಅಗಲಿಸಿದಂತಾಯಿತು.
ಆಗ ನನ್ನ ಆತ್ಮದ ಅಂತರಾಳದಿಂದ ನಿನ್ನ ಧ್ವನಿಯು ಕೇಳಿಬಂದಂತಾಯಿತು.
"ನಮ್ಮ ಹೃದಯದಲ್ಲಿಯೆ ನಾವಿಬ್ಬರೂ ನಮಗೆ ಮನೆ ಮಾಡಿಕೊಂಡಿರುವಾಗ,
ನೀ ಯಲ್ಲಿದ್ದರೇನಂತೆ? ನೀ ಇದ್ದಲೇ ನಾ ಇದ್ದಂತೆ".

ಮಾತುಗಳಿಗೆ ಮೌಲ್ಯವಿಲ್ಲದ ಜಗದಲ್ಲಿ,
ನಿನ್ನ ಬಿಟ್ಟು ನನಗೆ ನಿಸ್ವಾರ್ಥ ಪ್ರೀತಿಯ ಭಾಷೆ,
ಕಲಸಿದವರು ಇನ್ಯಾರುಂಟೆ?
ನನ್ನಲ್ಲಿ ನೀನು, ನಿನ್ನಲ್ಲಿ ನಾನು ಇರುವ ಸತ್ಯವನ್ನು ಅರಿತರು,
ನಮ್ಮಿಬ್ಬರ ಹಾಗೆ ವಿಯೋಗದಲ್ಲಿ ಇರುವವರು ಇನ್ಯಾರುಂಟೆ?
ನಾವು ಯಲಿದ್ದರೇನಂತೆ? ನಿನ್ನಲ್ಲಿ ನಾನು,
ನನ್ನಲ್ಲಿ ನಿನು ವಾಸವಾಗಿರುವುದು ಶಾಶ್ವತ ವಾದಂತೆ.

ನಗುವೊಂದು ಹುಟ್ಟಿದೆ.

ರಚನೆ: ಕಲ್ಲಯ್ಯ ಮಠಪತಿ

❖ ❖ ❖

ವಿರಹದ ಬೇಜಾರುಗಳೆಲ್ಲಾ ಎದ್ದು ಗುಳೆ ಹೋರಟಿರುವಾಗ ನಗುವೊಂದು ಹುಟ್ಟಿದೆ.
ಒಂಟಿ ಬೆಳಕ ಬೀದಿಗೆ ಇರುಳುಗತ್ತಲಿನ ಸಂಘ ಹತ್ತಿರವಾಗುತ್ತಿರುವಾಗ ನಗುವೊಂದು ಹುಟ್ಟಿದೆ.

ಹೆತ್ತ ಕನಸುಗಳನ್ನೆ ಕತ್ತು ಹಿಸುಕಿ ಕೊಂದರು ವಿಧಿಯೆಂದು ಅಳದು
ಅಳುವ ನುಂಗಿ ಚೀತ್ಕಾರದ ಕೂಗೂ ಮೂಕವಾಗುತ್ತಿರುವಾಗ ನಗುವೊಂದು ಹುಟ್ಟಿದೆ.

ಬಂಜೆಯಾದ ಕನಸಿನ ಗರ್ಭಕ್ಕೆ ಸ್ಮಶಾನದ ಹಾದಿ ಹತ್ತಿರವಾಗುತ್ತಿದೆ.
ಕುರುಡು ಕಣ್ಣಲ್ಲೊಂದು ಹನಿ ಜಿನುಗುತ್ತಿರುವಾಗ ನಗುವೊಂದು ಹುಟ್ಟಿದೆ.

ಗೆಲುವಿನೂರ ಪಯಣದೊಳಗೆ ಸೋಲಿನ ಧೂಳಿನಲ್ಲಿ ಮಿಂದು ಮಲಗಿದೆ ಹೃದಯ.
ಆಟ ನಿಲ್ಲಿಸಿದ ಗಡಿಯಾರಕ್ಕೊಂದು ಕಿಮ್ಮತ್ತಿರುವಾಗ ನಗುವೊಂದು ಹುಟ್ಟಿದೆ.

ನನಸುಗಳನ್ನುಳಿಸಿ ನಿದಿರೆಯನ್ನು ಹೊತ್ತೊಯ್ದಿರುವ ಕನಸುಗಳು
ನನಸಿನ ನಾಳೆಗಳ ಹೆಣದ ಮೆಲೆ ನಗುತ್ತಿರುವಾಗ ನಗುವೊಂದು ಹುಟ್ಟಿದೆ.

ಅವಮಾನದಂಗಳದಲ್ಲಿ ಅಂಬೆಗಾಲು ಹಾಕುತ್ತಿರುವ ಹರೆಯ ಹಳತಾಗದು
ಕಾಲವಿದು ಕಾಲೆಯುತ್ತಿರುವಾಗ ಕಿರುನಗೆಯ ದಾಟಿ ನಗುವೊಂದು ಹುಟ್ಟಿದೆ.

ಅಕ್ಷರಗಳ ಅಲೆಮಾರಿ

ತಾಯಿ ಕನ್ನಡಾಂಬೆ

ರಚನೆ: ಶಶಿಧರ್ ಕಲ್ಲಪ್ಪ ಹೂಗಾರ

❖ ❖ ❖

ಜನಿಸುವುದಾದರೆ ಜನಿಸುವೆನು ಮಲೆನಾಡ ಹಸಿರಿನಲಿ,
ತಾಯಿ ಭುವನೇಶ್ವರಿಯ ಬಸಿರಿನಲಿ:
ಕವಿಯಾದೊಡಾಗುವೆನು ರಾಷ್ಟ್ರಕವಿ ಕುವೆಂಪುವಿನ ಲಿಪಿಗಳಲಿ:
ಸೌಂದರ್ಯವಾದೊಡಾಗುವೆನು ಶಿರವೆತ್ತಿ ನಗುತ್ತಿರುವ ಸಹ್ಯಾದ್ರಿ ಗಿರಿಗಳಲಿ:
ಓದುಗರ ವಾಣಿಯಾದೊಡಾಗುವೆನು ಅಮೃತ ಶಿಲೆಯಮೇಲೆ ರಾರಾಜಿಸುವ ಕನ್ನಡದಲಿ:
ಕಪ್ಪು ಬಣ್ಣವಾದೊಡಾಗುವೆನು ತ್ರಿವರ್ಣ ಧ್ವಜವ ನೀಡುವ
ಕರು-ನಾಡಿನಲಿ :
ಶ್ರೀಗಂಧವಾದೊಡಾಗುವೆನು \'ಸಿಹಿನಗರ\'ದೆಡೆಗೆ ಹೋರಾಡಿದ ಚೆನ್ನಮ್ಮಳ ನೊಸಲಲಿ:
ನನ್ನ ನಾ ಹುಡುಕುವದ ತೊರೆದು ,
ನಿನ್ನ ಕಾಣಹೊರಟಾಗ ಪ್ರಥಮ ಭಾಷೆಯ ಅಕ್ಷರಗಳು ಕಣ್ಮರೆಯಾಗಿ ಉಳಿಯಿತು
\'ಕನ್ನಡ\' ಮನದಾಳದಲಿ.

ಇಳಿಯದ ಅಮಲು

ರಚನೆ: ನೀರಜಾ ನಾರಾಯಣ ಗಣಾಚಾರಿ

❖❖❖

ತೇಲುತ ನಿನ್ನ ಗುಂಗಿನಲ್ಲಿ ಮನದಲಿ ಏರಿದೆ
ಪ್ರೀತಿಯ ಅಮಲು

ನೀನಿರದಿದ್ದರೂ ಜೊತೆಗೆ ಆವರಿಸಿದೆ ಇಂದಿಗೂ ನಿನ್ನ
ಪ್ರೇಮದ ಅಮಲು

ದಶಕಗಳೇ ಕಳೆದರೂ ನಿತ್ಯ ನೂತನ, ಹಳತಾಗದೆಂದಿಗೂ
ನಿನ್ನ ಪ್ರೇಮದ ಅಮಲು

ನನ್ನ ಮನದ ಮಹಲಿನಲಿ ದಿನದಿನಕ್ಕೂ ಕಾಡಿದೆ
ಪ್ರೀತಿಯ ಅಮಲು

ನಿನ್ನ ಮುದ್ದು ಮುಖದ ಕಿರು ನಗೆ ನಿನ್ನ ಪ್ರೇಮದ ನೋಟ
ಎಂದೆಂದೂ ಇಳಿಯದ ಅಮಲು

ಸಾಕೆನಗೆ ನಿನ್ನ ನಗೆಯ ಹೊನಲು ಪಸರಿಸಲು ತನು
ಮನದಿ ಪ್ರೀತಿಯ ಅಮಲು

ಪ್ರೀತಿಯ ಅಮಲು ಬೀರಿದ ನಿನ್ನ ಹೃದಯಕೆ ಸದಾ
ಪ್ರೀತಿಯೇ ದೊರಕಲಿ!

Hindi Poetry Collection

न्यायाधीश की टिप्पणी

बेलगावी कविता महोत्सव में निर्णायक के रूप में मेरा अनुभव अत्यंत शानदार रहा। यह देखकर बहुत संतोष हुआ कि आज के समय में भी, जब साहित्य — विशेषकर कविता — लुप्तप्राय-सी होती जा रही है, इतने सारे रचनात्मक मस्तिष्क अब भी सुंदर और गहन भावनाओं से भरी रचनाएँ प्रस्तुत कर रहे हैं। एक कवि के रूप में, जिन कविताओं को मैंने पढ़ा, उन्होंने मुझे एक नई कल्पनाओं की दुनिया में पहुँचा दिया।

निर्णायक के रूप में मेरा मूल्यांकन मानदंड भाषा के प्रयोग (शुद्ध रूप में या बोलियों में), रचनात्मकता, विचार की गहराई और तकनीकी पक्ष पर आधारित था। इन श्रेणियों के अंतर्गत मुझे हिंदी, उर्दू, हिंदुस्तानी और राजस्थानी बोलियों में रचनाएँ प्राप्त हुईं। रचनात्मकता और विचार प्रक्रिया ने विविध भावनाओं को उजागर किया, और विभिन्न प्रकार की कविताएँ जैसे ग़ज़ल, नज़्म, रुबाई, बेत आदि सभी रूपों में प्रस्तुत की गईं।

मेरे दृष्टिकोण से, प्रत्येक कवि अपने आप में विजेता है — क्योंकि वे अब भी कविता जैसी गूढ़ विधा को समर्पित होकर सृजन कर रहे हैं। यह मेरे लिए गर्व और प्रसन्नता का क्षण है कि साहित्य अब भी सही कंधों पर टिका हुआ है। मैं उन सभी को बधाई देता हूँ जिन्होंने निर्धारित मानकों के अनुसार ऊँचाइयाँ प्राप्त कीं, और उतनी ही सराहना उन प्रतिभागियों की भी करता हूँ जो बहुत करीब पहुँचे।

यह प्रतियोगिता थी, इसलिए मैं अनेक स्थान नहीं दे सका, किंतु सच्चे मन से कहता हूँ — जिन-जिन कवियों ने अपनी रचनाएँ भेजीं, उन सभी को मैं सम्मान और प्रशंसा का प्रतीक देना चाहूँगा। आप सभी कविता और साहित्य की अपनी यात्रा को निरंतर आगे बढ़ाएँ — यही मेरी शुभकामना है।

राजेश पटनायक, साहित्यकार एवं कवि

चले गए

Submitted By: ओम प्रकाश फुलारा

❖❖❖

पावस के ये बादल भी अब, जल बरसाकर चले गए।
मानव को उसकी करनी का, हाल दिखाकर चले गए।

सघन वनों की छाँव घनेरी, लगे सभी हथियाने अब।
महल बनाने स्वयं वनों में, आग लगाकर चले गए।।

संत समागम में अब देखो, नाच रहीं हैं बालाएँ।
शूर्पणखा की सत्ता देखी, देव लजाकर चले गए।।

अहम दिखाकर जग को लूटा, खूब कमाया जीवन भर।
धन वैभव सब छोड़ यहीं फिर, प्राण गँवाकर चले गए।।

जहाँ खेलती थी नदियाँ कल, वहीं मनुज डाले डेरा।
महल न भाए मेघों के उर, तभी ढहाकर चले गए।।

बोलती खामोशी

Submitted By: तूबा ज़रीन फातिमा

❖❖❖

भीड़ से घबराते , भीड़ में घबराते
खुश़नुमा फिज़ाओं में रंगीन अंधेरी रह गई
एक बात कहनी रह गई।
चुन चुन कर हर मोती को चमकाया
हर आंसू को कोशिश करके हीरा बनाया
उनकी उड़ानों को करीब से देखने की हिम्मत जुटाते – जुटाते ,
वो वहीं की वहीं खड़ी रह गई
एक बात कहनी रह गई ।
जब आखिरकार उस लम्हे से पहली–आखरी मुलाक़ात हुई
मन में शब्द बुनते–बुनते , वो घड़ी बह गई
एक बात कहनी रह गई
एक बात कहनी रह गई।।

रेल-रात्रि

Submitted By: दामोदर कुलकर्णी

❖❖❖

बड़ी चाह से टक-टक,
सज्जे के नीचे से झाँक-झाँक ,
हवाओं की हलचल को लम्हों के साथ जोड़ दिया।

क्यों? क्यों कि

चाँदनी की तीज में,
दरख्त के नीचे सायों में,
कहीं टिमटिमाती आँखों से,
उन अनकही सी बातों को।

ऐसे ही हमने सहेज लिया,
ऐसे ही घाट में सजा दिया,
'अलबेली चलती रात में,
अनजान सड़क के साथ में।

पल-ही-पल बस याद किया,
तुम्हें हर पल बस याद किया।

शब्द बेहतर या मौन ?

Submitted By: श्रद्धा

❖❖❖

कौन सही गलत कौन
कैसे तय करू शब्द बेहतर या मौन.

शब्दों से होते आघात गहरे पर,
खामोशी यहां समझेगा कौन
कैसे तय करु शब्द बेहतर या मौन.

शब्द कम पड़ रहे हैं जहा
खामोशी का क्या मोल
कैसे तय करूं आखिर शब्द बेहतर या मौन

शब्दों को ना सुना जाए,
खामोशी को भी ना समझा जाए

क्या चले जाना बेहतर है वहां से ,
जहा ना जरूरत तुम्हारे शब्दों की
और ना महत्व हो तुम्हारा मौन

कैसे तय करु आखिर शब्द बेहतर या मौन..???

बनारस सा एहसास

Submitted By: प्रिया मिश्रा

❖❖❖

सुनो,
मुझे बनारस बहुत पसंद है
जहाँ भीड़ में भी, घाटों की शांति साथ चलती है।
जहाँ की तंग गलियों में भी, प्यारी सी मुस्कान बसी होती है।

क्या तुम मेरे लिए बनारस सा एहसास बन सकते हो?
भीड़ में भी घाटों सा शांत साथ बन सकते हो?
गलियों में बसे अपनेपन की तरह, मेरा हाथ थाम सकते हो?

मैं तुम्हारे लिए विश्वनाथ धाम सा अडिग सुकून बन सकती हूं।
गंगा आरती सा पवित्र जुनून बन सकती हूं।

इस अनजानी सी भीड़ में,जब हर शोर खुद में खो जाए।
क्या तुम मेरे लिए कभी न खोने वाला, बनारस सा एहसास बन सकते हो?
बनारस सा, एहसास बन सकते हो ???

यहीं हैं इस देश की पहचान!

Submitted By: तुलसी घेवाराम प्रजापत

❖❖❖

देश है हमारा महान, भारत है उसका नाम,
सबको मिलता एक सा दर्जा, सबका यहाँ सम्मान,
जहाँ है गीता का ज्ञान और कुरान का मान,
एक ही है धर्म हमारा इंसानियत उसका नाम..
यहीं हैं इस देश की पहचान..

उतरे है वो सरहद पर इस देश के रखवाले
लड रहे मैदान में, अब, देश उनके हवाले,
अपनी जान का वो दे रहे बलिदान,
बचाने इस देश का मान,
यही हैं इस देश की पहचान...

हिन्दू, मुस्लिम, सिख, ईसाई,
रहते हैं जैसे भाई, भाई,
हम तारे है और हमारा एक ही आसमान,
सबसे प्यारा देश हमारा, अपना हिन्दुस्तान.
एकता ही हैं इस देश की पहचान...!

माँ

Submitted By: गीता जैन

❖❖❖

मुझे मेरी माँ ने सिखाया की कोई अबला सबला नहीं होता,
मुझे माँ ने बताया की पुरूष भी कमज़ोर होता है
उसे भी विश्वास प्रेमं की ज़रूरत होती है हर उम्र मे,
मुझे माँ ने बताया की स्त्री और पुरूष के बीच
अंतर नहीं होता,
एक स्त्री को चाहिए की जब वक्त आये तो मजबुत चट्टान के जैसे
अडिग रहे
और जीवन भर चलती रहे .
एक स्त्री कमज़ोर तभी होती है जब वो प्रेमं बहाव मे होती है
अन्यथा एक स्त्री बहुत मजबुत होती है मन से भी और तन से भी
और माँ ने बताया की
तुम बहुत आगे जाना, कभी ना मुरजाना
अपनी गलतियो से सीखना
और मुस्कराते हूए चलते जाना

मुझे हर दिन स्त्री का दिन लगता है.

अधूरा प्यार: एक दास्ताँ

Submitted By: प्रो रीटा बणगार

❖ ❖ ❖

हम बैटे आपके ख़यालोमे
पर आप कभी ना आए ।

हम देखे लाखो सपने
पर कभी कर ना पाए अपने ।

ज़िंदगी बस दो लम्हों की
क्या मिल पायेंगे हम दोनों ।

हाथों में हाथ आपकी और मेरी
क्या रहजाएगी प्यार अधूरी ।

बहुत है

Submitted By: रितेश कांबले

❖❖❖

फ़नकार बहुत हैं, शायर भी बहुत हैं,
लिखना छोड़ दूं क्या? शायद इतना बहुत है।

मैं किसी के भी प्यार के क़ाबिल नहीं हूं,
मुझे जो लोग चाहते हैं, शुक्रिया, इतना बहुत है।

अब तक नहीं लिखे, ऐसे अशआर-ए-माज़रत मैंने,
कि वो कहे जाओ तुम्हें माफ़ किया, इतना बहुत है।

मैंने खोया, तन्हा और जलता हुआ छोड़ दिया था उन्हें,
सज़ा के तौर पर, दीवार पे सिर्फ़ छिपकली है, क्या बहुत है?

मेरे ज़ख़्म बहुत शौक़िया नहीं हैं,
अशआर लिख लिए, अब पढ़ दो, बहुत है।

मैं एक सफ़र में था, नाक़ामीयाबी की वादियों में,
तुम्हारा ख़्वाब फिर रुलाने आया, बस करो बहुत है।

अब तेरी माज़रत का वो क्या करेगी रितेश,
अब तू उसकी ज़िंदगी में नहीं है, बहुत है।

कान्हा हो आप

Submitted By: खुशाली विनायक दारुर

❖❖❖

ज़माने की राहों में थके हुए हम,
मेरी थकान का सहारा,हौसला हो आप।
अंधेरे में खोए हुए हम,
उन अंधेरों की पहली रोशनी,किरण हो आप।
उम्मीद का मोती तलाशते हुए हम,
उस मोती की माला,हार हो आप।
मन की उलझनों से लड़ते हुए हम,
उन उलझनों का सुकून,करार हो आप।
आपको दो आँखों से ढूँढते हुए हम,
इन्हीं दो आँखों में समाए हुए कान्हा हो आप॥

तलाश

Submitted By: शुभंकर पाटिल

❖❖❖

मेरे क़दम जताते हैं कि यह रास्ता कभी ख़त्म ही नहीं होता.
हर बार ली हुई कोई राहत की साँस पे कोई दिक़्क़त राह देख रही होती है..
जैसे मेरी हर कोशिश नाकाम हो.

और जब लगे कि कुछ हो रहा है, तब समझ आता है कि,
"अरे..! मेरी तो दिशा ही ग़लत है..! "
थका-हारा हर शाम बसेरे में आना,
और वही सवाल जैसे मुझे घूर रहा हो -
कभी किसी और का मुझसे,
कभी ख़ुद ही ख़ुद से कि,
"और भाई, कहाँ तक पहुँचे?"

और कोई जवाब नहीं, बस सन्नाटा.
जैसे ख़ुद के ही फ़ैसले पर ताज्जुब हो..
हिम्मत और बेवक़ूफ़ी की सीमाएँ जैसे धुंधली नज़र आ रही हों.
जैसे घर का पूरा काम ख़त्म करो..जैसे कोई 'to-do list'
पे सारे tick-mark लग जाएँ..
जैसे वह काम जो आपको लगा था आप भूलोगे,
वह भी हो जाए..
बे-उम्मीद याद आ जाए एकदम से..!

जैसे राहत की साँस आए, हल्की-सी मुस्कुराहट के साथ,
बहुत वक़्त बाद...
और फिर दिखे, sink के दो बर्तन जो फिर भी छूट गए.
पर जंग जारी है...
जब तक कोई अंदाज़ा आए और दिशा भी.
जंग जारी है.

मैं हु नारी शक्ति

Submitted By: अन्नपूर्णा पी भंडागे

❖❖❖

सुंदरता से भरी हूं मैं ,उस शक्ति की छवि हूं मैं
हां मैं गंगा हूं मैं जमुना हूं ,मैं गोदावरी और कावेरी हूं
मैं उसे शक्ति की छवि हूं ।

अग्नि जैसे आंखें मेरी, तीर जैसा जुबान है
शीतल जैसी फिरती हूं मैं
हां मैं उसे शक्ति की छवि हूं मैं।

निर्मल जैसा मन मेरा श्वेत स्वरूप नीर हूं मैं
लहरे जैसे बाल मेरे नागिन जैसी चाल है
उस शक्ति की छवि हूं मैं

क्रोधित में मैं रूद्र रूपिणी प्रेम से में शांत रूपिणी
हां नारी हूं मैं हर रूप में ,मां शक्ति कि मैं स्वरूप ने
हां मैं उसे शक्ति की छवि हूं मैं

गान विद्या बड़ी कठिन है

Submitted By: शनमुगम वी.

❖❖❖

गान विद्या बड़ी कठिन है
गान विद्या बड़ी कठिन है
ये गान विद्या बड़ी कठिन है

मैं ना सवाई, मैं ना गवाई
सुनो मेरे माता माई
मैं सुना जो तूने सुनाई
ये संसार सार तुजेमे समाई

एक कथा में बन जावूं
तु ने लिखा गाथा.. मेरे माई
हाथ खाली आता जाता हूं..
मुझमें देने कुछ ना समाई

मैं सेवक तेरे इन दो चरणोंका
तु गुरु गायक अद्भुत सुरोंका
हर सांस जपता तेरे नाम रे
ये गान विद्या बड़ी कठिन रे

एहसास

Submitted By: महक ए मकानदार

❖❖❖

एक एहसास दबा हुआ है सीने में मेरे
जो मेरी कलम से निकलता है ।

स्याही को लहू समझती हूँ में
जो मेरे पन्नो पे बहता है ।

मैं बयान करना चाहती थी सब कुछ
पर कहानी यहाँ कौन सुनता है ।

मैं तो वह चिराग़ हूँ अपने घर का
जो अपनों के लिए ही जलता है ।

लोग करते है ,इश्क़ में बातें बस
वरना कौन किसके लिए मरता है ।

जब दौर आए मुसीबत का तो
हर कोई हमसे मुँह फेरता है ।

इन साँसों की अज़ियत उससे पूछो
जो पल पल बिन-जनाजे गुज़रता है ।

हाँ मैंने देखी है हक़ीक़त इस ज़माने की
कौन कैसा है किसको क्या फ़र्क़ पड़ता है ।

मेरी रूह तो बनना चाहती है रूमी की तरह
जो बस इश्क़-ए-हक़ीक़ी में झूमता है ।।

मुखौटे

Submitted By: मुस्कान मिरजन्नवर

❖❖❖

रहते कुछ मुखौटे पहने चहरे
मेरे आस-पास व पड़ोस।
जो इतराते पहने कपड़े सफ़ेद- सफ़ेद
खंजर है छुपा जिनके सीनों में
लेप शहद का है लिपा जिनके जुबानों पर।
इनको न आई लाज,न शर्मिन्दा हुए कभी
आत्मा भी लिपटा पड़ा गंदे कारनामों में।
कोई नहीं किसीका यहां ।
बाज़ार लगी हुई है, स्वार्थ की बीमारी की
मतलब के नातों की।
सुधरने से भी न सुधरे,धोने से भी न धुले
काला दाग कारनामों का।
बिन पछताए न कोई माफ़ी,गाड़ देंगे जब
देना हिसाब मिट्टी के सौ परतोंमें ।
तब इनकार करेंगे पहचानने से देवदूत भी।

खुद को ढूंढता हूं

Submitted By: दीपक मालापुर

❖❖❖

खुद को ढूंढता हूं आज भी
खुद में कभी तो तुम में कभी

एक घर बनाया साथ जीने के लिए
एक सपना सजाया सच करने के लिए

तब समय मानो बेरोजगार था
न कहीं जाता न कम लगता

अब घर है पर महसूस नहीं होता
एक दूसरे के लिए समय भी नहीं होता

कभी मिलूं तो बताना वो पुराना मैं
कभी मिलो तो जताना वही प्रेम

चलो मिल जाते हैं बडी देर हुई
एक दूसरे से कहनीं हैं बातें कईं

खुद को ढूंढता हूं आज भी
खुद में कभी तो तुम में कभी

ज़िंदगी क्या है?

Submitted By: डॉ. हुज़ेफ़ा जलाली

❖❖❖

ज़िंदगी अगर एक दर्द है, तो दर्द ही सही
सह लेंगे थोड़ा आज, थोड़ा और कभी।

ज़िंदगी अगर प्यार है, तो प्यार ही सही
कर लेंगे थोड़ा ख़ुद से, थोड़ा औरों से भी।

ज़िंदगी अगर एक ख़्वाब है, तो ख़्वाब ही सही
जी लेंगे थोड़ा थोड़ा, जगना तो है ही कभी न कभी।

ज़िंदगी अगर एक फूल है, तो फूल ही सही
महक जाएंगे दिन, चाहे हो मोगरा, गुलाब या चमेली।

ज़िंदगी अगर एक किताब है, तो किताब ही सही
न पसंद आए तो पलट देंगे पन्ना तब ही।

ज़िंदगी अगर एक उम्र है, तो उम्र ही सही
कटेगी जब तक है जान, मरना तो किसी दिन है ही।

ज़िंदगी अगर एक परीक्षा है, तो परीक्षा ही सही
सफल तो जन्नत, वरना खुदा रहमान है, है क्या नहीं ?

किताब का आख़िरी पन्ना

Submitted By: सुजैन मुगाताखान

❖❖❖

आख़िरी पन्ना धीरे से पलटता है,
मानो साँस कोई विदाई भरता है।
स्याही की खुशबू में छिपा दर्द,
यादों का समंदर उतरता है।

शब्दों की लौ अब बुझने लगी,
हाशियों पर खामोशी गुनगुनाने लगी।
पर इस सन्नाटे के पार कहीं,
भोर की किरणें मुस्कराने लगीं।

कठिन है छोड़ना वो कहानी प्यारी,
जिसने दिल को दी थी रोशनी सारी।
पर हर अंत बहती हुई धारा है,
जो नए सागर की ओर इशारा है।

इसलिए किताब मैं बंद कर दूँ,
ना ग़म से, ना आँसू भर दूँ।
हर विदाई नया रास्ता दिखाता है

कान्हा मेरे.......!

Submitted By: स्वाति बसनायक भरमनायकर

❖❖❖

कान्हा इतने मनमोहक,
श्याम वर्ण छवि, गहरे-निले ऑख,
की खो जाए सारा संसार।।

तुम्हारे कारनामे इतने महान,
अनंत नाम से अनंत पहॅचान।
गोकुल में दैत्यो और मथुरा में कंस का संहार।।

व्दारका की प्रतिष्ठापना।
रणक्षेत्र में अर्जुन के सारथी बन,
भगवत् गीता का उपदेश दिया,
कर्म, धर्म और जिवन ज्ञान दिया।।

स्मरण तुम्हारा, सभी सुख-दुख में।
साथ तुम्हारा, कर्म के हिसाब से।
ओह! प्यारे माखन चोर मेरे,
हो तुम पुरे विश्व के दुलारे।।

प्रिय तुम बिन सब कुछ अधुरा,
केवल उस दिन की प्रतीक्षा धूरा,
राधे-राधे जप में,
तुम्हें समर्पित हो जॉऊ।

माँ उसका नाम

Submitted By: शिपाली शरद पारकर

❖❖❖

दुनिया का सबसे प्यारा नाम,
इस जहान में जिसका है मान,
हम सब की शान,
जिसका व्यक्तित्व महान, माँ उसका नाम।

दिखाती कठोर पर ह्रदय से प्यारी,
अपने बच्चों को हर मुश्किल से बचाती,
जिसकी बातें न्यारी,
उसकी कद्र करती दुनिया सारी,
जिसका स्थान महान, माँ उसका नाम।

अपने बच्चों को सदा सिखाने की मति,
ना आने दें उनपर कोई भी क्षति,
तेज है उसकी काम करने की गति,
अपने बच्चों की प्रगती के लिए दिन-रात मेहनत वो करती,
अपने परिवार की उन्नति के लिए हर रोज प्राथना वो करती,
जिसका त्याग महान, माँ उसका नाम।

संदेश

Submitted By: लता हरिहर शेलुदकर

❖ ❖ ❖

फूलों की तरह महकना सीखो, चिड़ियों की तरह चहकना सीखो,
मुसिबते आनेपर चट्टनों की तरह टकराना सीखो।
सुरज जैसी रोशनी चाँद जैसी शितलता बिखेरो, ,
बिता हुआ कल वापस नहीं आएगा,
आज किया हुआ अच्छा कर्म सदा याद रहेगा।
दुनियाके किसी भी कोने में जाओ,
अपने वतन को कभी न भूलो,
बुढे माँ बाप के लिए थोड़ा वक्त निकालो ,
उन्होंने जो कष्ट उठाये उसकी कदर करो,
जिस मिट्टीमें जन्म लिया, उस मिट्टीका कुछ ऋण अदा करो ,
कुछ बनो या न बनो लेकीन,
एक अच्छी औलाद और सच्चा इंसान जरुर बनो।
क्योंकि यह जिंदगी ना मिलेगी दोबारा ॥

भारत के वीर नायक

Submitted By: झरना जी वर्नेकर

❖❖❖

साहस से जो आगे बढ़े,
कैप्टन विक्रम बत्रा सच्चे खड़े,
वीरता पदक देते मान,
देश की शान बढ़ाते प्राण।

मेजर संदीप उन्नीकृष्णन वीर,
"ऊपर मत आना" था उनका धीर,
निर्मल जीत सिंह सेखों महान,
आसमान में रचे इतिहास अमान।

नायक जदुनाथ सिंह थे बलवान,
उनकी गाथा अमर प्रमाण,
भारत करता उनको नमन,
सदा रहेगा उनका जीवन।

कान्हा माया ऐसी रचाए

Submitted By: प्रद्युम्न वाणी

❖❖❖

जिसके जन्म से पहले उसके अपने ही उसकी मौत का षडयंत्र रचाए
जन्म होते ही कालकोठरी की बेड़िया खुलके राह दिखाए
कान्हा माया ऐसी रचाए
कान्हा को मिट्टी खात देख मैया दौड़ी चली आए
नन्हा सा मुख खोल मैया को ब्रहमांड दर्शन कराए
कान्हा माया ऐसी रचाए
संसार के चक्रव्यू मैं फसे अर्जून को पर्थ बनने की राह दिखाए
सारथी बन रथ सम्भाल गीता का पाठ पढ़ाए
कान्हा माया ऐसी रचाए
कभी राम बन वाली को छुपके मारा
अगले ही जन्म जरा रुपी वाली से अपना मरण स्वीकारा
कर्म का खेला ऐसा खुद भगवंत भी न बच पाए
माया से मुक्त होने कान्हा स्वयम माया ऐसी रचाए

जब मैं मरूँ

Submitted By: श्रीगौरी शिरकोली

❖❖❖

जब मैं मरूँ तब मेरी क़बर पर आना ज़रूर,
आते हुए फूल लाना ज़रूर,
बैठना मेरे पास, बताना मुझे कि तुम मुझसे गुस्सा हो!
रखना फूल मेरी क़बर पर और कहना मुझे कि कैसे हर
बार मुझसे मिलते वक्त तुम मुझे यही फूल दिया करते थे।
बताना मुझे तुम्हारी ज़िंदगी के बारे में और यह
भी बताना कि तुम मुझसे कितना प्यार करते थे।
मैं माँगूँगी माफ़ी ख़ुदकुशी की,
कहूँगी कि माफ़ करना मुझे, मैं ज़िंदगी से हार गई थी।
फिर तुम मुझे गले लगाना और कहना कि
तुम नाराज़ नहीं हो मुझसे,
पढ़ना मेरी पसंदीदा किताब
फिर जाते समय एक बार बोल देना कि तुम
अभी भी मुझसे प्यार करते हो,
ताकि मैं सुकून से रह सकूँ हमारी अगली मुलाक़ात तक।
याद रखना, जब मैं मरूँ तो मेरी क़बर पर आना ज़रूर।

प्रकृति में बदलाव

Submitted By: रौशन कुमार

❖❖❖

मिल गई आजादी अग्रेजों से,
पर बीमारियों से कब मिल पाएगी
सभी ने मिलकर देखा है स्वच्छ भारत का सपना,
न जाने यह कब पूरा हो पाएगी;

वायु प्रदूषण, जल प्रदूषण ये मानव के शर्महीन काम
इन कामों ने पूरे विश्व में दिल्ली को कर दिया बदनाम;

माँ गंगा भी रूठ गई, निर्मल धारा छुट गई
बड़े-बड़े वनों की हो गई कटाई,
फिर भी मनुष्य को अक्ल न आई;

पहले बहती थी नदियों की धारा,
अब है सिर्फ नल-जल सहारा
बहती थी प्रकृति में प्रदूषण मुक्त हवाए,
लेकिन अब रह गया सिर्फ ऑक्सीजन पाइप का सहारा

फिर भी प्रकृति ने सहे कष्ट हजार,
छीन लिए उसके वन कतार
खड़े कर दिए महल अपार,
अंत में हो गई प्रकृति आशा की हार;

अचानक प्रकृति ने अपना भयानक रूप दिखाई,
बाढ़ संग सूखा ,तूफान भी लाई
फिर भी मनुष्य को ये बात समझ न आई,
कि प्रकृति ने ऐसा रूप क्यों दिखाई

इंतजार

Submitted By: ईशान भूटानी

❖❖❖

उतने ही बड़े हैं हम जितना छोटा हमें दुनिया मानती
उतने ही बड़े हैं हम जितना छोटा हमें दुनिया मानती

दुनिया कहती तुम्हें क्या इल्म प्रेम का?
दुनिया कहती तुम्हें क्या इल्म प्रेम का?

परन्तु वह यह नहीं जानती कि हमें भी ज्ञान है-
प्यार किस चिड़िया का नाम है

तभी तो अनजाने में दिल शायद किसी की याद में रोता है
शायद इस लिए ही
वह उस दुःख को किसी के इंतजार
में हमेशा ही ढोता है।

कौन हूं मै

Submitted By: रुबीना टीपूसुल्तान मुल्ला

❖❖❖

मां के आँचल में पली हूं मैं ।
पिता के गोदी में खेली हूं मै ।

जिसे समाज ने नकारा वही हूं मै ।
फिर भी किसी से हारी नही हूं मै ।

दुनियां ने जिसे कमजोर समझा वही हूं मै ।
बन के माँ-बाप के आंखों का सितारा फिर भी खड़ी हूं मै ।

दुनियां में आने से पहले दम घुट जाएं जिसका वही हूं मै ।
लेकिन, बिना मेरे अस्तित्व ही नही किसिका वही हूं मैं ।

मै सोचती रहती हूं की कौन हूं मै ।
कोई मुझे बोझ समझ कर बेच देता है वही हूं मै ।
तो कोई मुझे दहेज के साथ खरीद लेता है वही हूं मै ।

देकर एक मौका तो देख लेते की कौन हूं मै।
मेरे माँ-बाप का गुरुर हूं मै ।
इस दुनिया का अस्तित्व हूं मै ।
जलती हुई मशाल हूं मै ।

इंतज़ार या इत्तेफाक

Submitted By: स्वस्ति गुरुलिंग गणि

❖❖❖

बेवक़्त ही सही मगर तुमसे मिलके बहुत खुश हूँ हा
शायद हमारी कश्ती का सफर बस यहीं तक था
तसल्ली तो मगर सिर्फ इस बात से है की कुछ वक्त के लिए ही सही मैं तेरी थी और तू मेरा था..
कुछ लम्हे काफी हसीन थे ना अधूरे तुम ना अधूरी मैं
मगर दिल आज भी ये सोच के बेताब हो जाता है कि तुमने मुझे कभी अपना कहा था..
दिल आज भी झूम उठा जब वो लम्हे याद आते थे जब हमारे बीच सब सच्चा था..

क्या हो तुम हमारे?
ये सवाल ना जाने कितनो ने किया ह मुझसे मगर
इस सवाल का कभी किसी को सही उतार दे ही नहीं पाई..
शायद जब तक मैं उन्हें उत्तर देने में समर्थ थी तब तक किनारा करीब था..

मंजिल सामने थी मगर तुमसे बस पूछ नहीं पाई..
नहीं पूछ पाई कि इस अधूरे रिश्ते को मैं क्या नाम दूं..
हा मगर उन्हें ये जरूर कह सक्ती हूँ कि कुछ वक्त के लिए ही सही मगर मैं
सिर्फ तेरी थी और तू सिर्फ मेरा था

खुशियों कि मुट्ठी

Submitted By: गायत्री आशीष गाडगिल

❖❖❖

धूप कभी , कभी छाँव जिंदगी
दिन गुजारे, हम समय के गुलाम
मुट्ठी भर जो हाथ रह जाये
कुछ मिठे पल , कुछ खुशियोके पैग़ाम ।

खूब बढ़िया से जियें है हम
बालौंकी सफेदी में खूब खोये है हम
तजुर्बे को मुहब्बत से गले लगाये
जिंदगी जवांन रख पाये है हम ।

समय समय कि बात सही,
हम है गुलाम तो उसिके भाई
हाथों मे अब पड़ रहीं झुरियाँ,
मुट्ठी अब हे छूट रहीं ।

फ़िसल रहें अब मुठ्ठी से वह पल,
कोई हाथ थामले बस यूँहिं
कोई हाथ थामले बस यूँहिं ।

ए जिंदगी

Submitted By: ईशान आसिफ पेंढारी

❖❖❖

आजमालें ए जिंदगी मुझे पता नहीं
जमाना आखिर मुझसे क्या चाहता है
ऐसा क्या दिखता हैं ए खुदा तुझे मुझमें

जब उसको अपने पास रखना ही हैं
तो क्यों हर रोज मुझे रुलाना चाहता हैं
उसकी यादों से अभी उभरही रहा था
फिर उसके सपने दिखकर फिरसे याद दिलाना चाहता हैं

पर याद रख एक दिन इस तरह जाऊंगा
ये लोग क्या याद रखेंगे मुझे
कुछ इस तरह दुनिया छोड़ आऊंगा

अक्सर याद आता है मुझे वोह मंजर
के किस तरह मैं उसे पाना चाहता था
पता था उसे भी की मैं नहीं जाने दूंगा उसे
वो भी कमबख्त इस तरह दिल लगा बैठा
जो मेरी जिंदगी की कदर कर बैठा

प्राण कुन्चिका

Submitted By: अक्षय कुमार

❖❖❖

मैं बाग़ीचे का माली और तुम सुंदर फूलों का बाग़ जैसी,
इस सौंदर्य को दूर से निहारती ये दुनिया,
जिस पर सिर्फ मेरा अधिकार हो।

मैं पूनम की रात और तुम उसमें चाँद जैसी,
इस अँधेरी ज़िंदगी में आयी तुम प्यार की रोशनी हो।

मैं पहाड़ों का मुसाफ़िर और तुम ढलते हुए सूरज जैसी,
जिस नज़ारे को देख ये दिल माँगे —
ढलने में थोड़ा समय और हो।

मैं गर्मियों में तपती धरा और तुम बरसात के बादलों जैसी,
तन्हाई की धूप सेकता ये प्यासा दिल,
तुम उस पर बरसती मीठी बूंद हो।

मैं दुर्भाग्य से घिरा विफल पुरुष,
तुम सौभाग्य का भंडार जैसी,
अब क्या ही डर किसी विपदा से —
जब भाग्यलक्ष्मी स्वयं साथ हो।

मजहब

Submitted By: नसरीन अशफाकउल्ला मुजावर

❖❖❖

कफन में दफन है वो ,जो कभी हुस्न-ओ-जमाल में उलझे थे,
उलझे थे जो वाहीद,खयाल- ओ- ख्वाब में उलझे थे ।

अलग होकर आज जब ,रूह बदन का दीदार करती है,
मुंह फेर फिर मुस्कुराते ,नए सफर का आगाज करती है ।

अपनों के अश्कोंको भूल के ,नूर- ए- जहां से जब वो निकलती है
खुश्क जख्मों के साथ ,रोशन फिज़ा के और वो बढ़ती है ।

जहूर- ए- खुदा के मुलाकात से ,चकाचौंध खड़ी रहती है
जब पूंछ गया उसे अपने मजहब को पहचान बताती है ..
बताते हुए वो ,, इंसान !! बोलना भूल जाती है

उलझन देख उसकी,खालिक खुद उसकी पहचान बताता है ,
मजहबी बुनियाद मेरी नही इंसानोंने इंसानोकों बाटा है ,,

मैंने चंद लोग बनाए , और दुनिया में उनका इजाफा है ,
इंसानियांत उनकी पहचान और अच्छाई जिनका वजीफा है ,

मुझे जानने की कोशिश मैं ,हर एक का अलग फसाना है
और वही से धर्म की शुरुआत और शुरू मजहब का बखाना है

जन्मवीर

Submitted By: शरयु अमोल बेद्रे

❖❖❖

पत्र लिए खबरी आई
कहि नन्ही किलकारी जन्म लाई
महा धनुरदारी अर्जुन का पुत्र अर्जुनी कहलाई
यादव कुमारी सुभद्रा पुत्र को धर्म सिखायी
स्वयं श्री कृष्ण को गुरु बनाई
पिता प्रेम से तेरह वर्ष वंचित रही
तेरह वर्ष पश्चात् अपने पिता,
तथा अन्य पांडव को देख पाई
द्रौपदी के प्रश्न को चतुरायी से उत्तर दाई
विराट पुत्री उत्तरा संग विवाह रचाई
सोलह वर्ष के उमर में वीरता से बली चढ़ाई
अपने पुत्र परीक्षित को भी देक न पाय
ऐसे बने शूरवीर अभिमन्यु की कहनी

वो कागज की कश्ती

Submitted By:तारिक नसीम

❖❖❖

वो कागज की कश्ती, हर दिलों में बसती।
वो काले बादल की तश्तरी, आसमान में बसती।

जब होती है वर्षा, हर एक चेहरे पर लाती है हर्षा।
वो वर्षा का पानी, आगे आई बच्चों की नादानी।

बच्चों के हाथों से बनती बिगड़ती-रंग-बिरंगा कश्ती
वो कागज की कश्ती, हर दिलों में बसती।

सुनो कश्ती की कहानी, मेरी जुबानी।

कागज के टुकड़ों से बनती संवरती यह ,
आए- बहार कागज के कश्ती पर लाए निखार।

पानी के मौजों से बचती-बचाती यह बढ़ती चली जाती आगे ही आगे ,
बचपन भी भागे आगे ही आगे ,यह आगे फिर कहते,
में तेरी है कश्ती, ये मेरी है कश्ती,
करते ही रहते बच्चे यह मस्ती वो कागज की कशी, हर दिलों में बसती।

खोता वो गुम होता गया वो ,कहाँ है वो बचपन कहाँ है वो साथी,
वो कागज की कश्ती, वो बारिश का पानी,
वो कागज की कश्ती. हर दिलों में बसती|

Marathi Poetry Collection

न्यायाधीशांची टिप्पणी

बेलगावी कविता महोत्सवातील मराठी कवितांचे परीक्षण करण्याची संधी दिल्याबद्दल आयोजकांचे प्रथम आभार. गतकाळापासून समृद्ध साहित्यपरंपरेचा वारसा लाभलेल्या बेळगावातील कवी-कवयित्रींचे रचनाकौशल्य या निमित्ताने जाणून घेण्याची संधी मिळाली.

आज मातृभाषेऐवजी इंग्रजी शिक्षणाचे प्रमाण वाढले आहे व वाचनाची सवय कमी होत चालली आहे—याचा परिणाम कवितेवर कसा झाला असेल, याबद्दल उत्सुकता होती. मात्र प्राप्त झालेल्या रचनांनी मला कुठेही निराश केले नाही.

स्पर्धक कवींचे वय किंवा राहण्याचे ठिकाण याबाबत माहिती देण्यात आली नव्हती आणि ते योग्यच होते. त्यामुळे नव्या पिढीच्या रचनाशैलीबद्दल खोलवर जाणून घेण्याची संधी कमी मिळाली, परंतु साहित्यगुणांची कमतरता नाही, हे निश्चितपणे म्हणता येईल.

अपेक्षेप्रमाणे, एकूण कवितांमध्ये प्रेम, निसर्ग, नाती हे पारंपरिक विषय प्रामुख्याने दिसले. त्यानंतर वृत्तपत्रीय अनुभव, आई-वडील, सामाजिक समस्या यांवरही कविता प्राप्त झाल्या. अपवादाने भाषा व सामाजिक माध्यमांवर आधारित कविता देखील दिसल्या.

एक मात्र जाणवले—मराठी शुद्धलेखनाबाबत काही कवी थोडे निष्काळजीपणे वागताना दिसले. याकडे अधिक लक्ष दिल्यास रचनांची गुणवत्ता आणखी उंचावेल.

रघुनाथ चिंतामणी जोगळेकर, मराठी विभाग

नर्गिस

Submitted By : तृप्ती मेहता देशपांडे

❖❖❖

वसंतागमन झाले सांगे, ही हळदुली जळीस्थळी,
पिवळेपिवळे चषक उभे हे, सोबत षटपाकळी.

संदेश घेउनी सरली थंडी, चहू दिशा आनंदी,
सरले बंधन, सूर्यावंदन, नाविन्याची नांदी.

दिवस उजेडी येती कानी, स्वरमैफली पशुपक्षी,
वसंतराजा आला दारी, काढू रांगोळी रेखीव नक्षी.

म्हणा कुणी तिज "डॅफोडिल्स", म्हणा कुणी "नर्गिसं"
बस नामनिराळे , बस नामनिराळे !

निरोप एकचं-
निवाला हट्टी हिवाळा, आले उल्हासाचे दिसं,
धाडीती नि

पार्थाच्याही मनात शंका घिरट्या घालत आहे

Submitted By : दुर्वेश विश्वास पलुस्कर

❖❖❖

पार्थाच्याही मनात शंका घिरट्या घालत आहे
एकलव्य स्वप्नात येउनी स्पर्धा मागत आहे

धृतराष्ट्राच्या आंधळेपणावर खापर फोडू पण
दृष्टी असून गांधारी का डोळे झाकत आहे ?

मीरे कर तू माफ तो कधी भेटू शकला नाही
अजूनही द्रौपदीस केशव साडी पुरवत आहे

युद्धे अन संहार पाहुनी भिती वाटते आता
जखमी अश्वत्थामा प्रतिशोधाने धुमसत आहे

महाभारताची गाथा तर आहे अपुली गाथा
नात्यांचे राजकारण आणि चुलता भांडत आहे

युद्ध संपले ह्या दुनियेला गीता सांगुन झाली
कान्हा आता राधेच्या प्रेमाला शोधत आहे

विरह...

Submitted By : बुधाजी रविंद्र नार्वेकर

❖ ❖ ❖

आकाशात उडताना, स्वप्नं सगळी राख,
एका क्षणात, आयुष्याने सोडली रे साथ।
सिंधूर पुसला हल्ल्याने,थंडीत फुटला घाम,
इतिहासात कोरलं,एक नाव "पहलगाम"
सिंधूर मिटला,अश्रू सुकले,हास्य दडले ओठी,
आसवांच्या जळत्या रेषा,दुःख काळजापोटी।
प्रेमाने घरटे विणले,उडताना फुटली आशा,
तो क्षण किती काळोखी,ना कळली त्याची भाषा।
उरले थोडे अश्रू,अन् आठवणी त्या खास,
शेवटी तो काळच होता,घेऊन गेला श्वास।
कुणी होता नवरा,तर कुणाचा तरी बाप,
पुसून गेलं सारं,राहिली फक्त राख।
का कुणाचा द्वेष? अन् का कशाला राग?
सोडून द्या ते सारे, रुसवे आणि वाद।
जगा ना आनंदात, घ्या सुखाचा आस्वाद,
वर्तमान आपला, काय आहे भविष्यात?

सय

Submitted By : डॉ. विजयालक्ष्मी देवगोजी

❖ ❖ ❖

आरे माज्या गावा बेळगावा,
रातीच सपनात यल्यास रे
लई रोज झाल्यात, बाबा तुज भेटोन रे.
थंडगार झुळझुळीत हावा,
तशीच हाय काय अजून बी?
कवांद घ्यून माणसं
चुलीफुड्यात बसत्याताय काय आजून बी?
मीय्या आसं ऐकोलाव
तिय्या काय स्मार्ट शिटी हुल्यासाय म्हणे.
काय बी हॊ गा तिकडी, खरं तूजं बेळगावपण
इसरो नकोस म्हणजे झालं.
माज्या बेळगावा, तिय्या माज्या रगताच्या
ठेंबाठेंबात बसल्यासाय.
आणि तुजेशिवाय खलं बी
गाव माज चकोटूच वाटेनाय, चकोटूच वाटेनाय.

सूर्यफूल

Submitted By : मीना शिवाजी पाटील

❖❖❖

एकदा एका वेडीला लागली सूर्याची आस
रात्रंदिवस तिच्या मनी त्याचाच ध्यास
काळजीने आईवडील बोलले, पोरी नादान तुझे वय जरी सोळा
तो तर आहे धगधगता एक तेजाचा गोळा
शेकडो मैल असतो तो आपल्यापासून दूर
सात जन्म घेतले तरी नाही जमणार सूर
सूर्यदेवताच्या असंख्य लेकरांपैकी एक आहोत आपण
पोरी केव्हा ग सुचणार तुला शहाणपण?
समजण्यापलीकडे गेली होती बिचारी पोर
अकालीच तुटली तिच्या आयुष्याची दोर
विरहाने होरपळलेल्या देहाची झाली बी काळी
कोमल मनाची नाजूक पिवळी पाकळी
जबरदस्त होती तिला पडलेली सूर्याची भूल
जन्मास आली पुन्हा बनून सुंदर सूर्यफूल.

लाचार

Submitted By : सुहास बाणेकर

❖ ❖ ❖

रोख़ून होतो आकाश लाचार नजरेने
नको असताना आभाळ फुटले होते
जीवनाच्या समुद्रात पोहताना पाणी मधेच आटले होते
जितके घट्ट पकडले नात्यांचे धागे
तितकेच गंभीर घाव हातावर उटले होते
धरली घट्ट आपुलकीची मुठी तरीही
कण वाळूचे हातातून अलगद सुटले होते
कुणास विचारू माझ्या चेहऱ्याचे ते लोक कुठले होते
श्वासाची माळ जपताना मणी मधेच तुटले होते....

आषाढसरी

Submitted By : पूर्णिमा देसाई

❖❖❖

आषाढसरी
झिरपल्या तिरपल्या
आषाढसरी आल्या
होऊनी दंग भिजुनी चिंब
साऱ्या जणी न्हाल्या

ह्या नभात कोण ती
छपून मुख दाखवे
पल्याड उभी कामिनी
नभी रंग वाटते

वीज ती कडाडली
दाही दिशा फाकूनी
अमृताचे घट असे
ओसंडूनी ते वाहले

झिरपल्या तिरपल्या
आषाढसरी आल्या
आषाढसरी आल्या

लग्नानंतरचा पहिलाच गुढीपाडवा

Submitted By :सुरज मोरे

❖❖❖

नववर्षाचा आरंभ अन् तिचं मोहक रुप,
जणु काहीं, ती माझ्यासाठी स्वर्गातली अप्सरा.
नजर वळवताच तिच्याकडं नयन-चक्षू घायाळ झाले,
लाल साडीवरच्या हिरव्या पदराने मन माझे मोहून गेले.
हा तिचा न् माझा पहिलाच गुढीपाडवा
आरंभला असा सुन्दर प्रारंभ भेटावा हे माझं प्रारब्धच असावं.
या मंजुलतेची परिभाषा करणं या बेढब लेखकाला अती-बिकटच....
प्रयत्नांनी परमेश्वर म्हणून प्रयास करीत राहीन,
पण तिच्या कातील नजरेनं क्षणात गार होईन
साडीमध्ये दिसते टवटवीत फुलून अन् प्रत्यक्षात मात्र उमललेली कळी,
पाहताच क्षणी तिला जातो माझा बळी.
एवढं सगळं ऐकून विचाराल तूम्ही मला,
खरच ती आहे का इतकी रुप-सौंदर्यवती ?
मज शब्दांना वाटत नाही आता चूक-अचुकतेची भीती.

सेवानिवृत्ती

Submitted By : धनंजय लक्ष्मीकांत वसईकर

❖ ❖ ❖

सेवानिवृत्ती माझी गडयांनो,
वयाची *साठी* पूर्ण झाली,
सुखदुःखात साथीने तुमच्या,
नाव माझी पैलतीरी गेली...
निरोपाच्या क्षणी आज माझ्या,
आठवणी मनी वाटल्या,
विसरुन गेलो कठिण क्षणांना,
शुभेच्छा आजवर भेटल्या...
जीवनाच्या सागरात या संकटांची वादळे पाहिली,
तुम्हीच दिलात आधार तेव्हा,
माझी नौका जेव्हा वाहिली...
आता ओझे ना संदेशाचे ना टपालांचे
ना फोन कधी बैठकीचा
घेतो *प्रेमाचा* निरोप आता...
ऋणात तुमच्या चालायचे..!

मार्ग दिंडीचा

Submitted By : महेशकुमार बळवंतराव जोशी

❖❖❖

मुरुगोड दिंडीचा मार्ग
वाटत होता भुवरी स्वर्ग
डोंगराची वळणदार वाट
मधेच एखादा सुंदर घाट
झाडे वेली हिरवळ सर्वत्र
भक्ति रसाने व्यापले गात्र
चालत होते पदयात्री
मुरुगोड पावन श्री क्षेत्री
झेलत अंगावर श्रावण सरी
फुंकत नामस्मरणाची तुतारी
भक्ति भावाने भरला जोश
शिव चिदंबरचा करीत जयघोष
मार्गी भेटीत होते भक्त गण
सद्भावनेने करीत होते अन्नदान
शिव चिदम्बराची महिमा अपार
कृपा छत्र असे सर्वांवर
दिंडी यात्रा चालता पायी
सर्व रोग व्याधी निघून जायी
पायी दिंडी अनुभवा चालून
आरोग्य समृद्ध होईल जीवन
ज्याचा विश्वास शिव चिदंबर
लाभेल आयुष्य वर्षे शंभर
चला बोला शिव चिदंबर
सर्वावर कृपा राहील निरंतर.
शिव शिव शिव सांभ चिदंबर
हर हर हर सांभ चिदंबर

एकदा पाहिले असते तर.

Submitted By : राजू मारुती मनोळकर

❖❖❖

नयनी नयन भिडले असते,
मनी ठाव उमटले असते,
गाली लाली दिसली असती,
ओठी हास्य पसरले असते,
हृदयाचे ठोके चुकले असते,
पाय जागीच थांबले असते,
स्वप्नांच्या पलीकडे जाऊन,
मन हिंदोळ्यावर डुलले असते,
असंख्य भाव फुलले असते,
जेव्हा तू माझ्याकडे एकदा पाहिले असते.

बाप म्हणजे काय आहे?

Submitted By : अश्मित बाबुराव पाटील

❖ ❖ ❖

बाप म्हणजे काय आहे?
बाप म्हणजे जगण्याचं माप आहे,
पाटीवरची थाप आहे।
कधी रागावला तरी त्याची माया अमाप आहे,
बाप म्हणजे ध्येयाकडे नेणारी शिडी आहे।
संकटातून बाहेर काडणारी होडी आहे ,
कधी तिखट वाटलं तरी आयुष्यभराची गोडी आहे।
बाप म्हणजे शिस्तबद्ध धाक आहे
जगनं सोपं आहे।
आयुष्याच्या उत्तरार्ध आम्हां सर्वांची साथ आहे,
तो म्हणजे बाप आहे।

नारी, कालची आणि आजची

Submitted By : सौ. प्रांजली उमाकांत चौधरी.

❖❖❖

नारी कालची प्राचीन युगातील
नव्हती अबला कधीच ती.
कुंती, शर्मिष्ठा, लोपमुद्रा, मंदोदरी
गार्गी ,मैत्रेयी ,सीता , द्रौपदी
होत्या धगधगत्या अग्निज्वाला.
नसे कुणी त्या सम शास्त्रार्थी, विदुषी
स्वबळे निर्मिले आपले स्थान
तरी त्या न करती कधी अभिमान.
वारसा चालवी त्यांचा विज्ञान युगात
नाव, रूप नवे घेऊनी,
कुणी अहिल्या, कुणी सावित्री
कोणी बनली झाशीची राणी.
नाव तयांचे कल्पना, सुनीता
असे रमाई किंवा किरण बेदी.
स्वबळावर उभ्या ठाकल्या
भारत मातेच्या या सुपुत्री.
नमन तयांना कोटी करुनीतेववविते एक पणती,
त्यांच्या चरणी.

आठवण

Submitted By : ज्योती संदीप मोतर

❖❖❖

आठवण असते तरी काय?
सर्व सुख दुःखाची साठवण
तुझ्या असण्यात माझ्या नसण्यात
गुंतलेले सारे क्षण म्हणजे ""आठवण""
आनंदाच्या पाऊसात भिजतील ते क्षण,
दु:खाच्या सागरात ते क्षणभर ही विसावा
न घेतील ते सारे ओघळनारे अश्रुपण ती आहे ""आठवण""
काळोख्या अंधारात पौर्णिमेच्या शितल चंद्राच
आपलेपण,ती आहे ""आठवण""
तुझ्या रागातल आपलेपण,ते विरुन गेल्यानंतर
आलेल शहाणपंन ती आहे ""आठवण""
क्षणभर आठवेल पण मनभर काहूर माजवेल,
आयुष्यात पुन्हा जगावस वाटेल
निरभ्र आकाशात पुन्हा उंच भरारी
घ्याविशि वाटेल ती आहे ""आठवण""
जगताना कुठले क्षण जगायचं हे शिकवुन
जाईल ती आहे तुझी माझी ""आठवण""

पावसा,पावसा!

Submitted By : शरद नानासाहेब पाटील

❖❖❖

पावसा,पावसा काय बरोबर करुस न्हाय तिय्या
दोन म्हैने झाले वाट बगुलाव मिय्या.

तुज्या जिवावर मिय्या धुळवापा केलो ,
कुटे उगावल,कुटे न्हाय,बोबल्या मारीत बसलो .

नाचण्याची घालणी टाकूस माळास तासं सोडलो
गाद्यातले हेंडे बगीत म्हेरेवर बसलो.

तिय्या येऊच म्हणून म्हाया,मरगाया, जत्रा केलो
पारायणं,एकादशा,वार पाळून मटन सोडलो.

मळबातलं म्वाड बगून मनात आशा हिबे ऱ्हाते
वारं सरं पळवून लाऊलय चार ठेंबके पडत्यात निस्ते.

भाताचं रॉप तुडवूस शेतातूच पाणी न्हाय
व्हळेस न्हाय,न्हईस न्हाय, इलाज तरी करु काय?.

आत्त तर माजेसाटी चार तास पडून बग
कसा ताकतीनं हिबे ऱ्हातो,वरनं देवा तिय्या बग!!

चिवचिवाट

Submitted By : जयदीप पद्माकर वैद्य

❖ ❖ ❖

होताच पहाट, सुरू होई पक्ष्यांचा चिवचिवाट,
त्यातील एका सुराचा असे निराळाच थाट,
हा सूर कधी असे जवळ, कधी असे दूर,
मात्र नित्यनेमाने ऐकू येई हा सूर!

हा सूर असे जणू माणसाने वाजवलेली शीळ,
कोणाची समजेना म्हणून एकदा बसली होती माझी भीतीने दातखीळ,
नंतर हा सूर असे शिळकरी कस्तुराचा हे समजलं,
निसर्गाची किमया किती न्यारी हे नव्याने उमजलं!

आता मात्र ही शीळ ऐकताच आनंदून येई मन,
निसर्गातील निरनिराळे आवाज ऐकताच वाटे प्रसन्न,
चिवचिवाट करत घरटी बांधतात पक्षी,
प्रत्येक घरट्याची निराळीच नक्षी!

मैत्री

Submitted By : नेहा जोशी

❖ ❖ ❖

मैत्री नावाच्या, जावे गावा,
स्वछंद आनंद, विहरण्यात गोडवा
सहवास मैत्रीचा,मस्त विसावा!
साऱ्याच नात्यात, राग रुसवा,
जपते मैत्री, भावनांचा ओलावा,
मैत्रीचा धागा,विश्वास जपावा,
मजेची उधळण, वयाचा विसर व्हावा!
जाणते मैत्री, भाव नजरेचा,
कधी धडाही देते, समजेचा,
बंध मैत्रीचा, नाजूक नात्याचा,
मार्ग देते,सहज जगण्याचा!
नित्य जावे, या गावा,
सुखाच्या अनुभूतीचा ठेवा,
या गोड नात्यास जपूया
रम्य आठवणी, मैत्रीत रमूया!

माय

Submitted By : स्नेहल संजय पोटे

❖ ❖ ❖

ती माय माझी माय ..
नऊ महिन्याचा गर्भ पोटात ठेवून जी वाढवते ती माय ...
मुलांवर जीव, लेकरांवर छाया ...
दुडूदुडू धावणारे पाय ती तयार करते ..||१||
लेकरांना त्रास होईल म्हणून झटणारी ती माय...
माय मरो पण मावशी उरो तीही काहींची माय ..
सावत्र माय, धरणी माय, पिल्लांच्या चोचीत दाणा भरवणारा पक्षी ...
मायेचीच रुपे ही...||२||
चार घास लेकरांना मिळो म्हणून रात्री मागील दारातून...
पसार होणारी माय, दुसरे दिवशी काहीच न झाले असे
भासवून खुशीने घास भरवणारी मायच..फक्त लेकरासाठी जगणारी माय ...||३||
रस्त्यावर पाखरांना जन्माला घालून जगवणारी ती मायच...
कधी वैमानिक, कधी सैनिक, कधी डॉक्टर,कधी गृहिणी
बनून तिथंही जबाबदारी सांभाळणारी माय..||४||
स्वतःची आवड जोपासणारी तर आवडींवर पाणी सोडणारी मायच...
चेहऱ्यामागील हसू,रडू ओळखणारी माय...शेवटच्या
श्वासापर्यंत लेकरांसाठी झटणारी माय...||५||
वृद्धाश्रमात असूनही सदानकदा बाळाचा विचार करणारी माय...
किती रुपे, किती सौंदर्य, काळजी, हाल ,अपेक्षा प्रतिष्ठा....माय....
माझ्या मुलाने गाडी घेतली, माझा मुलगा परदेशात गेला..
ठणकावून सांगणारी माय...
किती लिहिलं, विचार व्यक्त केलं..न संपणारी महती माय..||६||

जीवन गणित

Submitted By : तान्हाजी माधव घुले

❖❖❖

जीवनात केल्या बेरजा
अनुभवाच्या आणि ज्ञानाच्या
आईवडिलांच्या आशिर्वादाच्या
प्रेमाच्या व सद्गुणांच्या

केली एकदा वजाबाकी
स्वार्थाची आणि अनर्थाची
असंगाची आणि वाईट भुतकाळाची

केले गुणाकार जीवनात
गुरुंचे नातलगांचे आणि मित्रांचे
आप्तेष्ट व हितचिंतकांचे

आता वेळ आली भागाकाराची
बालपणाची युवा मनाची आणि प्रोढत्वाची
शिक्षण रोजगार आणि निव्रुत्तीची

पण

मी "बाकी" शुन्य राहिलो
बाकी "मी" शुन्य राहिलो

दोन ध्रुव

Submitted By : प्रेमा मेंशी

❖❖❖

दोन ध्रुवांवर दोघे आपण
मनी दोघांच्या तरी
आपलेपण
एकेकाळी प्रितीचा बारमासी सण
माझ्या अंतरी तूपण
तुझ्या मनात मीपण
अख्खे भावविश्व झाले अर्पण
स्पष्ट प्रतिमा दावती मनदर्पण
तरीही घडले नाही समर्पण
दुरावलो कालांतरी का पण ?
काय असावे याचे कारण ?
मूक प्रितीस दिले तर्पण
अडले माझे मीपण
आणिक तुझे तूपण
आता दोन्ही मनात
भणभण

अश्रु

Submitted By : दीपाली गजानन शिंदे

❖ ❖ ❖

अश्रु
डोळ्यात येता अश्रु
कधी.. जवळ.. कधी दूर..
पहिलेच नाही अश्रु कधी डोळ्यांनी..
पण.. दुःख होता.. डोळ्यांना
पण अश्रु ना नाही..
डोळ्यांना मोल आहे..
पण अश्रु ना नाही..
आपले आपण समजावे..
आपल्या अश्रु चे मोल..
आपले आपण समजावे..
आपल्या अश्रु चे मोल..

अनुभव नावाचा गुरु

Submitted By : डॉ. दीपांजली राजाराम जाधव

❖❖❖

प्रश्न कुणाला विचारू नका,
उत्तर तुम्हाला मिळत जाईल.
आयुष्य इतके सुंदर आहे की
अनुभव तुम्हाला येत जाईल...

आयुष्यातले अनुभव खूप काही शिकवतात.
काही वेळा रडवतात तर काही वेळा हसवतात.
म्हणून च कदाचित अनुभवाला गुरू असे म्हणतात.

पावसाची पंढरी.

Submitted By : सीमा कणबरकर

❖ ❖ ❖

हिंदोळले मन
होई इंद्रधनू झुला,
पारिजातकाच्या फुला |
घाल आंगणात सडा..

सोनपिवळ्या ऊन्हाचा
शालू गंधाळ हिरवा,
धरा भाळावर माळी |
सूर्य केशरी रंगाचा...

सुखे पागोळीत न्हाते
दारी तुळस मंजिरी,
घरीदारी आंगणात |
होई पाऊस पंढरी...

धावलासी विठूराया
ऐकुनिया साद,
पावसाच्या पंढरीची |
वारी घडलीसे आज.

आई

Submitted By : डॉ. तनुजा इराप्पा पाटील

❖ ❖ ❖

आई ..कशी गेलीस मज सोडुनी
अमुचे जीवन अपुरे ठेवुनी |
अर्थ नसे जगास तुज वाचुनी
आता कशे राहू आम्ही तुझ्या वाचुनी ||

तुज वाचून माजी घुसमट होई
येना आई मजपाशी परतूनी |
तुज वीण ह्रदय ही आता शांत होई
कशी थांबवू डोळयांना रडण्या पासूनी||

कशी पाखरा सारखी गेलीस उडुनी
एकदा बघ ना आई त्या ढगा आडूनी |
किती करू तुज साठी देवाकडे विनवणी
कधी येशील आमच्या पाशी परतूनी ||

येना आई एकदा परतूनी..
येना आई एकदा पर

माझे झाले

Submitted By : आनंद मेणसी

❖❖❖

होते नशिबी जितके, तितके झुरून झाले
मी गोष्ट एक संपलेली,माझे सरून झाले

राहिला नाही वाव विस्कटण्यास अजुनी
नाही शेष काही ही,पूर्ण विखरून झाले

होत नाही जीवाचा कोंडमारा आता उगा
माझ्या हिस्स्याचे कधीच गुदमरून झाले

येऊ दे मरण कधी ही,झाली माझी तयारी
आता नाही भीती,खूपदा थरथरून झाले

होतो दिवा म्हणे मोठा विझण्या अगोदरी
जर्जरीत मन माझे हे पुन्हा तरुण झाले

मृत्यु म्हणजे असणार आणखीन ते काय
होते जितके मरायचे तितके मरून झाले

कोण देव येईल आता कसा इथे मदतीला
अवतार ते सारे,केंव्हाचे अवतरून झाले

नारी सन्मान

Submitted By : प्रिया रामचंद्र इंजल

❖❖❖

ना मिळावा अश्या समाजात जन्म जिथे हा देह रक्ताने माखेल,
स्त्री स्वतंत्र आहे हे ज्ञान आता फक्त पुस्तकच राखेल

स्वताच्या बहिणीच्या रक्षणासाठी असणारा सिंह इतरांसाठी लोभी ना व्हावा,
कृष्णासम द्रौपदी समजून प्रत्येक स्त्रीला नारी सन्मान देता यावा

कलियुगात ही प्रत्येक स्त्री सर्वतोपरी सुरक्षित असेल
जेव्हा प्रत्येक मुलाला स्त्री मध्ये आपली माता भगिनी दिसेल

मान राखावा देवीसारखा, देव देवतांसम स्त्री सन्मान जपावा,
नारी शक्तीचा अपमान न करता प्रत्येकामध्ये द्रौपदीसाठी एक कृष्ण लपावा

प्रत्येक सुंदर नात्यात सुद्धा ही अशी मर्यादा असावी.
स्वताच्या सुखासाठी कोणाचं आयुष्य संपवण्याची वृत्ती नसावी

बंद खोलीत सुद्धा एखाद्यासोबत तिला सुरक्षित वाटावं,
अस स्थान प्रत्येक स्त्रीच्या मनात पुरुष जातीने गाठावं....

शोध स्वतःचा – आयुष्याच्या पानावर

Submitted By : संतोष कल्लाप्पा बोंगाळे

❖❖❖

आयुष्याच्या पानावरती काहीतरी लिहावं,
मुक आहे त्यास बोलकं करावं.
रीत असून गंमत नाही,काहीतरी वाचण्यास असावं.
कोरं असून चालत नाही, काहीतरी भरावं,
आयुष्याच्या पानावर काहीतरी लिहावं.
स्वतःचं पान स्वतःच वापरावं,दुसऱ्याचं अनुकरण
करण्यात वाया का घालवावं?
काहीतरी लिहावं म्हणून का कोरं पान संपवावं?
पुन्हा मिळत नाही – फक्त तीन पाने जपावं.
एकदा लिहिलेलं पुसून पुन्हा लिहिता येत नाही.
पुरवणी काही मिळत नाही.
जपून योग्य वापरावं,पान गहाळ होता कामा नये,
जिवापाड जपावं.
स्वतःची पाने लिहून इतिहास काही रचावा,
रितं ठेवतो म्हटलं तरी आपोआप भरावं.
सटवाईच्या मार्गात न रंगता सत्कर्मावर रंगवावं,
आयुष्याच्या पानावर काहीतरी लिहावं.
काहीतरी लिहिता लिहिता,"मी कोण?" हे जाणावं,
आयुष्याच्या पानावर काहीतरी लिहावं.

निसर्ग

Submitted By : श्याम रामकृष्ण गावडे

❖ ❖ ❖

निसर्ग ही परमेश्वरी देणगी.
चराचराची हीच आहे दायिनी
हीच आहे जगत जननी
पण कोण हे चिंतीती
जशी माता जगवती बाळाना
तशी माती वाढवती फुलाफळाना
माता माती आहे आपले जीवन
करावे त्याना सतत नमन
मानवाने मांडलाय निसर्गाचा बाजार
निसर्गाच्या कुशीत मांडलाय संसार
जिथे दिसायच सुंदर हिरवे रान,
आज दिसते घराभोवती दुर्गंधी घाण
मानवानेच केला निसर्गाचा विनाश
मोकळ्या मातीचा त्याने केला नाश
संकल्प करूयाआपण आता,
एक तरी झाड लावू या आपल्या हाता.

पाऊस

Submitted By : कु. वरदा पंकज चव्हाण

❖ ❖ ❖

पाऊस हळुवार माझ्या दृष्टीला अंध करतो,
डोळे मिटण्यास भाग पाडतो;
पाऊस — हेच कारण, तो क्षण अजूनही लक्षात राहतो.

लगेच दचकून डोळे उघडले जातात,
आणि मग निसर्गाच्या तत्वाबरोबर
काही अश्रू वाहतात.

गालावरून गरम धारा सरकते,
त्या थंड पावसाच्या थेंबांसोबत मिसळते.

पाऊस... मला रडू कोसळवतो,
कोणी दिसत नसले तरी
त्यांच्या अस्तित्वाचा आभास करवून देतो.

पाऊस मला रिकामेपणा भरायला मनवतो,
आणि पुन्हा जमिनीवर आत्मविश्वासाने उभं करतो.

कधी अलगद मिठी मारतो, कधी ढळाढळा रडवतो,
पण शेवटी जीवनाला नवी हिरवाई व आशा देतो.

हो, पाऊस हेच कारण.

आईचा जोगवा

Submitted By : विनायक कृष्णराव पाटील

❖ ❖ ❖

नामाचाच, लागे मना गोडवा
आई तुझा, मागतो मी जोगवा ||धृ||

तूच माझी, ममतेची सावली
जीवनी तू, योग्य दिशा दावली
आयुष्याचे, तुम्ही कोडे सोडवा
आई तुझा, मागतो मी जोगवा ||१||

संकटात, हाती घे तलवार
माय कर, दुर्जनांचा संहार
दुर्बलांच्या, आयुष्यास घडवा
आई तुझा, मागतो मी जोगवा ||२||

लागो मला, छंद तुझ्या नामाचा
मुखी राहो, सदा ध्यास भक्तीचा
गातो तुझ्या, महिमांचा गोडवा
आई तुझा, मागतो मी जोगवा ||३||

रंगीबेरंगी कागदावरच आयुष्य

Submitted By : प्रकिता स्वप्नील फडते

❖ ❖ ❖

तिचं आयुष्य कोर कागद
अनेक रंगीबेरंगी कागदाची पाने
त्यावर अनेक रंगाची शाई
प्रत्येक पानावर वेगवेगळ्या घटना
एकाच पण संबंध दुसऱ्यास नाही

अनेक भूमिका निभावते
प्रत्येकाचं मन सांभाळते
एक एक नातं जोडते
वेगवेगळ्या भावना हाताळते
स्वतःचं मात्र अस्तित्व हरवते

एका घरी जन्माला येते
बाबांची लाडकी म्हणून मोठी होते
परक्या घरची सून होते
नी बायकोपासून आई होते
तिचं स्वतःचं घर बरं कुठलं?

स्वतःसाठी जगायला विसरते
आज आपला दिवस
उद्या आपला दिवस
पण कुठला दिवस तिचा नसतो
ह्याची मोजणी करत बसते

हरवत चालला आहे

Submitted By : भाग्यश्री हर्षवर्धन पाटील

❖❖❖

वासुदेव आला हो
वासुदेव आला
हे गीत ऐकायला खूप
कमी मिळते आहे..

भल्या पहाटे येवून ओवी गावून
दिवस छान करणारा तो कुठे आहे..
दारावर येणारा देवदूत कुठेतरी
दिसेनासा झाला आहे..

आई पदरात दान घाल ग हे गोड आपुलिकीचे
बोल ऐकायला कमी येत आहे..
कुतुहुल म्हणून पाहणारी लहान
मुलांना अनोळखी वाटतो आहे..

पंढरीच्या वारीत हमखास दिसतो
पण गावी दिसेनासा झाला आहे..
त्याच मागणारा गाऱ्हाणं आणि आशीर्वाद
कुठेतरी आपले चुकले असे वाटते आहे..

कधी पुस्तकात तरी कधी वारीत दिसतो
आपला असून अनोळखी वाटतो आहे..
परत एकदा ये तुझी ओवी भक्ती गीत
आम्हा सर्वांना परत ऐकू येऊ दे असे वाटते आहे..

समजून घेशील का?

Submitted By : अनन्या सी. जोनी

❖❖❖

खटकतात अनेक गोष्टी, तरीही,
भावना दडपून, अबोलच राहतोस.
तुझ्या मनाचं मौन, आता झुगारून दे!
तुझ्या या अव्यक्ततेचं, खरं कारण सांगशील का?

सूर्याच्या पहिल्या किरणांपासून,
रात्रीच्या अंधारापर्यंत,
तुझी सावली व्हायचंय मला...
पण, तू माझं असणं, मनापासून स्वीकारशील का?

जबाबदारीचं ओझं, नाहीये माझं प्रेम.
स्वातंत्र्याचे पंखच असतील त्याला...
पण, तू त्या भरारीला, परवानगी देशील का?

तुझ्या क्षमतांवर, प्रचंड विश्वास आहे माझा.
पण, माझ्या प्रेमाला तू, निष्ठेने आधारशील का?
कधीतरी तू, मला समजून घेशील का?

पावसाच्या दोन थेंबात आयुष्य

Submitted By : रोहित हिरोजी

❖❖❖

मे च्या शेवटी आला पहिला पाऊस,
गरम उन्हात मातीला लागला ओलसर श्वास,
कोणासाठी पावसात गाणी, चहा आणि खिडकी,
कोणासाठी गळतं छप्पर आणि काळजी टिकली,

शहरात पाऊस म्हणजे छत्रीचे रंग
गावात पाऊस म्हणजे मातीचा गंध
कधी तो आनंद देतो, कधी अश्रूही आणतो
कधी वेळेवर येतो, कधी वाटच पाहतो.

शेतकरी म्हणतो, "माझं आयुष्य याच्यावर ठरतं",
तर शहरात लोक म्हणतात, "पाऊस म्हणजे प्रेम फुलतं!"
पावसामुळे प्रेमी फुलतात चौकात
आम्ही शेतकऱ्यांची पोरं मात्र चिखलात

शेवटी एवढंच सांगतो मनापासून
पाऊस आहे दोघांसाठी वेगळ्या स्पर्शातून
तुमचं प्रेम पावसात उमटतं,
आमचं आयुष्य त्याच्यावर जगतं.

English Poetry Collection

Voice of the judge

I had a truly wonderful experience judging the English poetry entries at the Belagavi Poetry Festival. The talent here was remarkable—like choosing the whitest pearl from a bowl of white pearls. Belagavi's poets brought vibrancy, depth, and emotion to their verses, expressing their thoughts with elegance and authenticity. It was inspiring to witness such creative brilliance emerging from this city.

— Judge
Dr. Abhishek Tippa,

UNSPOKEN LOVE

Submitted By: Juned Pattanad

❖❖❖

I love her more with every glance,
Yet I know I don't stand a chance.
Still, I sit and hope someday,
She'll see my heart and choose to stay.

A one-sided dream, a fleeting glow,
A love that speaks where hearts can't go.
If silence is all you'll leave behind,
I'll cradle its weight, it's still divine.

Though unspoken, love holds its grace,
A quiet light no time can erase.
Even if we walk separate ways,
I'll pray for your joy all of your days.

ECHOES OF YOU

Submitted By: Pradnya Patil

❖❖❖

I wrote your name on the ocean's skin,
But the waves returned it, again and again.

The moonlight kept our secret near,
Yet every dawn made you disappear.

Your laughter lives in the hollow night,
A ghost of warmth, a stolen light.

I hold the silence, sharp and true,
For every echo still calls for you.

Love was a flame I could not save—
Now I bloom like a rose on my own grave.

BEAUTIFUL CREATION OF GOD

Submitted By: Kartik A Patil

❖❖❖

A very beautiful creation of God,
Where we see the world beyond.
Memories filmed are real with no fake,
The most pixelated camera with infinite take.

Times I did capture in device,
relisased the fakeness and put up and advice.
None can replace the 2 symmetric balls,
That sees the rare beauty of halls.

To those of the blind,
Often reply on kind stick and presence of mind.
Dwell into the madness of the world,
Being the artist in their own mould.

REST IN PEACE

Submitted By: Ashwini Sanjiv Gadgil

❖ ❖ ❖

You accept it's over, it's finally over.
You surrender, as you sink deep into the ocean
And your body refuses to swim up,
Causing a pleasant, mild bubble eruption.
Your eyes struggle to capture,
probably the last shot of the beauty,
One that you will never experience or see.
Your body is ready to give up
And your soul struggles to free.
But what if you have unfinished karma?
To bear, to suffer, and to plea?
Will you then have free will?
To unleash the body's fading fleece?
To choose death over life's fleeting splendour?
And choose to rest in peace?

THRESHOLD

Submitted By: Smitha S T

❖ ❖ ❖

At fifty I stand
A little proud
A little tall
A little humble
A little bent
The furrows in my brow
witnesses to an unseen battle
I won some
I lost some
But learnt along the way
Every day every step
a teacher!!
A warm hug from life
a tight slap sometimes
Present choices and
past mistakes
Staring me in the face
At fifty I stand
Tall and bent

WHY IS HUG THE ONLY SOLUTION?

Submitted By: Sinchan S. Bharati

❖ ❖ ❖

No therapy in this world can fix me,
rather than a cosy hug!
No matter what bad times I'm going through,
I'll be fine if I receive a hug.
Hugs are the prettiest among all.
Pillows always give the perfect hug,
Rather than humans.
No matter what i get from people
It's always the hug
therapy which gives me comfort.
Is there no any other solution
existed rather than hugs to make me happy?
Why is hug the only solution?

TINY STEPS, MIGHTY HEART

Submitted By: Sanjana Krishna Upadhayayula

❖ ❖ ❖

She came before the time was near,
So small, so soft, yet full of cheer.
The only food was mother's care,
And dreams of health were always there.
As days went by, she learned her way,
Her little tricks brightened the day.
Her tiny moves made life a race,
But her sweet smile lit every space.
A journey that began with fear and hope,
She learned to smile, to breathe, to cope.
For every child who came too soon —
You are life's most precious tune.

INDIA IN 15 LINES

Submitted By: Piyush Pavan Mutalik

❖ ❖ ❖

India, population and space,
The tariff wars and GDP race.
Mythology, temples and gods,
With people and their odds.
Union territories and states,
With the help of tax and rates.
Business, binging, blasts of fun,
In the days of ISRO's run.
The days ahead of India's independence,
We stood strong without any dependence.
Samsung, Apple, Xiaomi and Vivo
We have Bharat petroleum and Servo.
Foreign affairs and governance?
We can defend and show resistance.
Hail mother India, hail to the victory.

A LOOK IN THE MIRROR

Submitted By: Kohsheen Kaul

❖ ❖ ❖

I take a look in the mirror
And I see who I once was
Lost in a daze, searching for yourself
Looking for the you you'd hidden away
on the shelf

I take a look in the mirror
And I see who I still am
Perfection incarnate, a million flaws
Pained lies your heart torn apart by
your own claws

I take a look in the mirror
And I see who I wish to be
That soothing voice, an angelic touch
Those kind words of yours they mean so much

And so I take just one more
look at you, my Mirror
And I see the one with whom I
would spend the rest of my life

THE TRUTH OF THE SPIRIT

Submitted By: Sheetal S Bandekar

❖❖❖

In the world of spirit, we lived in peace;
With the Supreme Almighty, who's eternal and bliss.
Free from the clutches of birth, death, old –age and disease;
In service attitude we lived with
the Supreme who's the cause of all causes.

We witnessed the Lord's supremacy with all his opulence;
And exchanged our service and love with all benevolence.
But we the spirits when desired to enjoy independently;
The Supreme lord sent us to this miserable world willingly.

With forgetfulness of our identity, and with the Lord's permission;
We landed into this temporary material world, full of illusion.
Bonded with modes of ignorance, goodness and passion;
Our desires make us change bodies in complete delusion.

Our body with conditional life is like a prison in a prison.
From time immemorial we are entrapped in the nescience ocean;
The knowledge of the Supreme and the spirit is the only solution.

THE POWER WITHIN

Submitted By: Pooja Sadanand Kulkarni

❖❖❖

As the sun shines and the day blooms,
My morning starts, leaving all the past glooms.
My mind turns the stress into a colourful dress,
And my day ahead begins.

With trust in my steps,
even when there is heaviness,
I conquer my day and keep my steadiness.
This day is mine, I feel the flow,
When hours test me, my inner instincts glow.

I face the challenge, embrace the test,
and every day I give my best.
With each passing day, I always find my way,
My guiding light is my Almighty through the day.

I am resilient and I am strong,
This is the path where I belong.
No stress or weight of fear can pull me down,
Because I wear my effort like a crown.

OLD MAN

Submitted By: Appanna Ashok Mangsuli

❖ ❖ ❖

Walking alone on the long path
Staring everyone with torn cloth
Shivering hands and shaky head
Moving slowly in search of a shed
Sun is steady to go his home
& deadly winter breeze is back to roam
Old man has no place to spend the night
But he is as brave as a young knight
His face is as red as wild cherry
But there is no fear or a worry
A ray of hope in his eyes is clear
Winter breeze his wrinkled skin can bear
Old man believes this winter is short &
Soon the summer winds glow his heart.

SILENT BUT TRUE

Submitted By: Atik Aslam Nadaf

❖❖❖

I love you in silence,
though you'll never know,
A quiet devotion I dare not show.
Your smile is my sunrise,
my heart's gentle plea,
Yet you shine for the world,
never shining for me.
True love asks nothing,
it chooses to stay,
Even if unseen,
it won't drift away.
For love is not measured
by what is returned,
But by steady flames
that silently burned.

HAVE YOU SUBSCRIBED TO THE PLATFORM CALLED LIFE?

Submitted By: Prateeksha Nayak

❖ ❖ ❖

There's so much to watch.
So many characters to meet, love, and connect with.
Some events are live,
while others can be watched later.
So many genres, languages, moods to choose from.
So much hype around some new release.
And the unbeatable comfort of that one thing
you can watch over and over.
The bittersweet feeling at the end of your favourite series.
The impatient wait for the release of a new season.
The laughter, the tears, the suspense, the wonder,
it all exists on this platform called Life.
You pay with time, and there's no renewal, really.
Once you're in, you're in.
Don't waste this subscription,
because you're never getting in again.
You can watch it all, or live it all.
And time is ticking.

RAINDROPS

Submitted By: Preethibharath Javali

❖ ❖ ❖

Raindrops, titles
Raindrops, to and fro danced.
On my glass window pane.
It tried to wash away the redblood, stains!?
Rains,wonderful rains!
Rain, wash away my past sins!
Wash, away my tears bins!
Rain, will you wash away my innermost feelings,true?
Rain is joyful, mirthful, to kids
Joy to harvester farmer's.
Rain is bliss to romantics and artist poets!
Rain is nature's gift to mankind!
Rain is tears of falling, AKASHA

NIRBHAYA

Submitted By: Dr. Girijashankar Mane

❖ ❖ ❖

Unaware, I boarded my last ride,
In a nation that claimed its people's pride.
We called it free, with every right,
But freedom faded in that night.
Inside the bus, humanity died,
Their eyes were hollow, their souls denied.
They tore my dress, my body they chained,
muffled my screams.
Again and again, my spirit was drained.
With iron rods they pierced my flesh,
My cries were smothered, my hopes enmeshed.
Drenched in blood, abandoned, alone,
Cast on a road, my body was thrown.
Yet in my silence, a question burns-
When will this nation, its conscience return?
Are we truly free, when monsters stray,
While justice falters, led astray?
Nirbhaya-my name they gave,
Not as a victim, but one who's brave.
Its meaning shall shine, its truth shall be-
When women are safe, and humanity free.

ASPIRANTS FLAME!

Submitted By: Kyna .S. Bhaldar

❖❖❖

Beneath the weight of unyielding nights,
a fire burns my guiding light,
Through Endless books and countless tries,
I chase a dream where duty lies
Each step forward, a mountain steep,
each failure, a scar I keep
The clock ticks on, the world moves fast and
yet i hold steady my resolve steadfast ,
Eyes strained under the lamp's dim glow-
Wrestling doubts I'll never show. But,
My will is stronger than the sky!!
The whispers of Sacrifice fill the air,
of time and peace
no longer there ,yet in chaos i find my cause
TO SERVE, TO LEAD, WITHOUT APPLAUSE.
Not for fame of intelligence or fleeting cheer,
But for justice pure, for voices clear,
to mend the cracks to heal the pain ,
To sow the seeds of Hope Again.
The journey is tough so am I
I'll climb each peak, touch the sky,
because this is my dream my life s embrace;
To serve my people with heart and Grace.

FATHER

Submitted By: Priyadarshini Mahale

❖ ❖ ❖

My tiny fingers were held by a strong hand,
Till date as my protector you stand;

Courage is filled by the warmth of your arm,
Your face has an everlasting charm;

Your smile is a curve of hope,
For the difficult times to cope;

It is said that,fathers don't express emotions,
But it's just a notion;

You always fulfill my wants,
Smartphones,bikes just to flaunt;

You always help me out when I am stuck with a decision,
So that I am placed in a good position;

You are the epitome of patience and boldness,
You teach us to lead life with fearlessness;

THAT ONE HIGHSCHOOL BAND

Submitted By: Samidha Pai

❖❖❖

Oh! I Still remember those days,
As a clear picture in mind
As if they were yesterday
Amusing I still find
Being in a band, has its own Significance
Pleasure to seek in true immense
The music flew right in my ear
Leaving a beautiful resonance
It's the memories that we hold so dear,
The ones that bring us joy and fear.
It's the laughter and the tears we shed,
The moments that we'll never forget.
We still remember the late practice session
We performed as if it was our profession
Not a single loss, we would always win
Having sudden flashbacks always make me Grin
As we look back on the days gone by,
We smile, we laugh, we sometimes cry.
For Nostalgia, a bittersweet emotion,
A reminder of life's endless motion
Nostalgia is a part of who we are,
A reminder of how we've come so far.
The band which we wished was never broken
Is now shattered in pieces unspoken

NATURE OF LOVE

Submitted By: Amaan Siddiqui

❖ ❖ ❖

It's true that Love can be compared to the nature,
When you open your eyes,
it feels like a blossomed flower.
When you wave you hair in the air,
Like the veins of the trees,
Your lips look like red Apple ripened,
Your smile feels like the trees becoming green again,
When you cry, it feels like the leaves withered and it's gonna die,
When you are sad the nature looks grey with tree fully shed.

THE SILENT SONG OF THE SKY

Submitted By: Nagashreya Souraba

❖❖❖

Under a moonless sky
With no stars shining bright
The night whispers a melody
For those all alone
Everything will be fine my child

But when the moon's above
And the starlight is blinding
The bright sky sings a song
For those seeking comfort
I'm always with you my dear

Even when the sun's shining bright
And the city hustles with noise
Listen with all your might
The blue sky will hug you tight
You are so strong my love

RADIANT GRACE

Submitted By: Dr. Sabastian D'Souza

❖ ❖ ❖

Remember forever, thou art free,
Bound art thou never with me,
Sacrifice life never for my sake,
But thy love and beauty thou wilt take.

Thou keep me in thy heart guarded,
Heaven seen thee, and thou art rewarded,
For love of thee, I am forsaken,
Divine master, I might be taken.

Sin may torture thee when alone,
Deep within I'll never let thy heart to mourn,
I seek a million smiles on thy face,
Full of radiance and of grace.

WHO AM I?

Submitted By: Bhavya Srivastava

❖❖❖

The unscathed mystery, the unraveled path
The existential crisis, no rhyme or reason to pass
Who am I?
Who do I wanna be?
Who am I when there's nobody to question me?
Beyond the praises and expectations
Beyond the wisdom of ages
Beyond the scope of science
Beyond which, needs suffice
Beyond the natural limitations
Beyond the rat race creation
Who am I ?
Who do I wanna be ?
When there's no one to please
and no love to seek?

TRAGEDY

Submitted By: Harshita Shivpujimath

❖ ❖ ❖

I feel delirious, delirious
In the name of gloom.
It maddens me, for
How beautifully I
Dance to its tune.
The rhythm twirls
Around my curls and
Flows misery through my veins
Oh,
What have I done
To myself ?
And when I look in a mirror,
I find a tragedy,
a tragedy staring back.

THE ELIXIR OF LIFE

Submitted By: Sreeyaa .G.S

❖❖❖

Life's elixir,
What I can infer,
Does not lie in luxury,
Or copious accessories, well,
for me, it lies in simplicity,
Life's biggest felicity ...

Maybe an early sunrise, Ah,
that amber-tinged paradise,
Or the subtle green of verdant grass,
with dew drops on the flowers' petals, class!

Maybe a pink-hazed sky,
or a bright blue one, up high,
A gentle zephyr blowing,
where calmness and tranquillity come tiptoeing

Maybe in a warm plate of food,
made with all nature's good
Or in some music, as a remedy,
that heals with its melody!

What can I say,
Happiness, not in glittering
gemstones and pompous show of wealth lay,
But in the simplest element of nature - suffice,
Lies, The Elixir Of Life!!

WHEN FIRST LOVE BLOOMED

Submitted By: Dr K B Swati

❖ ❖ ❖

Your eyes were stars the night they met,
A secret sky I can't forget,
The world grew hushed, the moment stayed,
A thousand dreams in silence made.

Your hand brushed mine—a trembling fire,
Awakening a tender desire,
The air was sweet, the moon was near,
And every heartbeat drew you near.

Time itself forgot to move,
As if the heavens sought to prove,
That love's first spark, so pure, divine,
Could turn two souls to intertwine.
Oh, gentle flame, so soft, so true,
The world was born again with you,
For first love shines, a golden start,
An endless garden in the heart.

PERSONALITY

Submitted By: Balekhan Sanadi

❖❖❖

Five feet with body thin.
Smile like an evergreen.
To thou all solute and kneel down.
Thy stick never made a violent sound.

Either you exhausted or afraid
Of white crane.
You saved our nation's crown
The hero of brown.

Thy stick never bent
By the flattery of evil giant
Nor you had physical strength
Thy power was in your mighty brain.

You taught us not be a weak
You gave us a chance to speak
You changed the colonial's mind
Your principles always they remind

NAKED AND BURNING

Submitted By: Amogh Hashilkar

❖ ❖ ❖

I stand alone, the master of my state,
Even those who gave me life can't decide my fate.
Came alone into this cruel domain,
No name, no pride, just blood and pain.
And naked I'll leave, no cloak, no king,
Burning bright without a thing.
I owe no love, no lies, no chain,
No loyalty to ease my pain.
This world sold me rules and bound me tight,
Called it family, but stole my light.
I broke the chains, I cut the rope,
Walk alone with fire and hope.
I speak to flames, I bow to none,
Born a shadow, shining sun.

WAVES

Submitted By: Dr.Monis Rizwan

❖❖❖

Sitting on the beach all alone
Waves in the distance calling my name
Crashing at my feet
Easing my pain away
Waves of the sea and waves of my sorrow
Overpowering me with every strike
My stubbornness remains the constant
Making me get back up again and again

SCARS OF SILENCE

Submitted By: Areeba Mujeeb

❖ ❖ ❖

In broken streets, the children play,
Chasing dreams that war takes away.

A mother's lullaby drowns in cries,
Hope still flickers in shattered skies.

They bury love where ruins stand,
Yet carry tomorrow in trembling hands.

Tears may fall, but faith won't part,
Allah still lives in every heart.

The world may wound, the world may scar,
But their light shines brighter than war.

SILENCE A STRENGTH

Submitted By: Aayesha Siddiqua

❖ ❖ ❖

No soul remains, all drift away,
For leaving is the price we pay.

To fight this truth is grief in vain,
A clash with countless hearts in pain.

So I tread on glass, with bleeding feet,
Each wound a story, sharp, discreet.

Yet to the Master, I resign,
The weaver of all fate, divine.

My war is silence, fierce yet mild,
The quiet strength of sorrow's child.

IMAGINATION VS REALITY

Submitted By: Lazeena Nizami

❖ ❖ ❖

Lost in the world of imagination
Too scared to face the weight of reality.

Living inside a world that doesn't exist
Neglecting the peace that defines true dignity.

I build my castles and dwell within,
Yet too lazy for the work that gives life clarity.

Screens made my loneliness seems more beautiful,
So I spoke to bots rather than humanity.

Imagination turned my sorrows into happiness,
And I built a peaceful life,
thinking the world was filled with cruelty

Fantasy painted my thoughts with endless colours
And I chose illusions over harsh reality

But when the illusion broke and truth I faced
I learned to live my life with reality as the priority.

MY GRANDFATHER

Submitted By: Shradha Y Patil

❖❖❖

Oh! My dear Grandpa!
You sleeped away one day quietly,
Without saying goodbye.

With your memories,
I quietly weap my tears,
And remember you.

Your grey hairs,
Decades eyes,
Wrinkled skin,And
Your small smile.

Oh! My dear grandpa
I really miss you
But you are not truly gone,
Because your memory lives on
And never to be forgotten.

THE TRAGIC THREADS OF FATE

Submitted By: Shravani Gondhali

❖ ❖ ❖

A time existed back then,
In the percepts of past when;
Lives engrossed to involve not just to evolve
As the two threads of same yarn slit
In the necessity to knit;
An ocean full of dreams
Yet lost in the storm of strangled screams.
Was it a tear?that we let go
Or concealed a gleamy eyes glow to grow.
A garland of responsibilities did choke
And an adamant breath broke,
An insane soul stuck in a sane loop,
A passionate sculpture did bleed
Yet sowed a fragile ambitious seed.

MOM

Submitted By: Keerthi C

❖ ❖ ❖

Born a girl, with dream so bright,
As innocent child, pure as light.

You claimed the steps as a bride one day,
Leaving your dreams so far away.
Yet I became your reason to smile, your child.

The food you loved, you gave up for me.
The new clothes were mine, while you
Wore the old ones without complaint.

I always wondered how you solved every problem,
I grew proud of the strength you bore,
A confidence I still adore.

I grew up by eating your youth,
A sacrifice, a sacred truth,
If there\'s another life to start anew,
Mom, may you be born as a daughter to me.

DON'T COMPARE YOURSELF

Submitted By: Samskruthi Raikar

❖ ❖ ❖

Don't compare your life to a post,
It's just a highlight, not the most.

Smiles and trips, a happy show,
But what's behind, you may not know.

Filters shine and edits play,
Real life isn't shown that way.

Numbers, likes, a viral trend,
Won't matter much when stories end.

Your path is real, your soul is true,
No screen can show the best of you.

So lift your head, don't scroll in pain,
Your sunshine comes after the rain.

THROUGH THE WINDOW

Submitted By: Manjula Bhimappa Irayyannavar

❖❖❖

Clouds drift past the window glass,
Whispers of rain begin to amass.
Each drop that falls from the sky above
Weighs like the heavy heart I speak of.

It isn't love that troubles my chest,
But restless thoughts that grant no rest.
The vast sky stretches, endless, wide.
Can someone find me on this side?

Like fleeting trees, like passing cars,
My thoughts keep roaming, chasing stars.
My journey's end may not be far,
Yet my heart still wanders where dreams are.

The traveling soul leaps so high,
Longing to hug the sublime sky.

DEAR WIFEY

Submitted By: Dr Ganesh Kamalakar Vernekar

❖ ❖ ❖

In the dance of life, we found our way
A soulmate's bond that brightens each day.

Through laughter and tears we share our flight
You're my guiding star my heart's pure light.

In every form your love shines so bright
A partner for life through day and night.

With kindness you support me always near
In your warm embrace I have nothing to fear.

We forgive the past let worries take flight
In childish delight we make our hearts light.

You are my love my joy my life's sweetest song
In the book of forever it's where we belong.

Together we'll wander hand in hand side by side
With you my dear love there's nothing to hide.
In this journey of life, it's you I will abide.

LINES OF SEA WARRIOR

Submitted By: Gangayya S H

❖❖❖

We are eminent because,
We have the powerful minds and
strong full weapons.

We are the warriors because,
We can find a way where there is no any roadway and
can hit enemy where there is no tranquility.

We are fearless because,
We oppose horrible winds
and propel on tidal waves.

We are heroes because,
We always float confidently
and flight exclusively.

We are eminent, warriors, fearless, and
heroes because,
WE ARE INDAIN NAVY SOLDIERS

ART OF BEING

Submitted By: Amit S Hashilkar

❖❖❖

The universe doesn't want you to force;
It wants you to flow
The universe doesn't want you to control;
it wants you to create.
The universe doesn't want you to chase;
it wants you to attract.
Just breathe, let go, and be open to things being easier
and more magical than you can ever imagine

For those who expect everything,
there are many curses.
For those who appreciate everything,
there are many blessings.
Money is not the only way to improve life.
Instead of widening your margin of profit,
widen your margin of leisure,
Instead of optimizing for money,
optimize for time.
Instead of seeking efficiency,
seek recovery.

IN TRANSIT

Submitted By: Ananya Varadarajan

❖ ❖ ❖

She was tired of navigating the cosmos
Weighed down by yesterday's sins
Grimy feet and peeling nail polish
Hidden in dusty canvas shoes
She was wearing a dress, she wished for pants
That didn't swish with every wave the universe spewed
Stray threads trapping the flotsam
Of regrets and shattered dreams and well, him
He helped her empty the sand from her shoes
She helped lighten his loads, her bags still had space
She had to make an effort to hear him
Over the deafening din of the universe
He spouted some poetry, though not his
It wasn't life-changing
But it would do for when in transit

WHEN OCEAN MEETS SHORE

Submitted By: Shashank G N

❖ ❖ ❖

It seemed usual, but the path was not.
When two decide to meet,
To become one,
A hundred barriers rise.
Even when it reaches her edge,
It is just a bit of touch.
Still, it longs for more.

Destiny floats somewhere far,
But the shore keeps waiting,
And the ocean keeps returning,
Always eager, always incomplete.

WHAT IS WORD!

Submitted By: Premkamal G Vernekar

❖❖❖

A word is a seed,
dropped in the silence of the earth,
It may vanish or rise into a tree of shade,
where strangers rest their tired bones.

A word is a river,
cutting stone by patience alone,
carrying forgotten voices,
to the sea of remembrance.

A word is a flame,
small enough to warm a hand,
fierce enough to burn a history,
wild enough to light a future.

And when the word becomes a poem,
it does not belong to the poet,
it belongs to the breath of the people.

LET GO

Submitted By: Rafajah Mohsinnawaz Mujahid

❖ ❖ ❖

If someone wants to leave, let them go.
Even if you try to stop them, you won't be able to-
Because they want to leave,
And someone who's made up their mind to
go will leave no matter what.
You can't force anyone to stay in your life-
Whether it's friendship, love, or any other bond-
You can't hold on to someone against their will.
Take a tree, for example.
Even its own leaves don't stay with it forever-
Because after giving shade for so long,
They get tired... and fall
When someone gets tired,
They eventually leave.
Just like that, you can't tie a relationship
to yourself with force.

THERE'S NO ONE LIKE MY MOM

Submitted By: Maitri Gupta

❖❖❖

Little by little, bit by bit, I seek the stars
Shining from afar.
I closed my eyes, romanticized:
There's no one like my mom.

I had to go now; you know, we know, I know.
When I come back, I'll lay around.
I will talk, you will listen,
Giving you the part that we've been missing.
You will cook, I will watch,
Wiping my damp face on your drape,
buzzing on the countertop.

Soon enough, a day will come when I have to go now;
You know, we know, I know.
Getting in the car, drifting apart,
Putting past the brave smile on my face,
I'll close my eyes,
romanticize—There's no one like my mom.

OLD THINGS WE LEFT BEHIND

Submitted By: Anurag gavali

❖ ❖ ❖

As a young kid, with boundless glee,
LEGO blocks built worlds for me.
Masterpieces grand, a child's pure dream,
In callow days, a joyful stream.

My humble cycle, once so dear,
Transformed to dirtbike, conquering fear.
Up a hill, the engine's roar,
Vibrations felt, to my core.

At the top, a jump, a soaring leap,
Imagined from a rocky steep.
Now that same cycle, restored and bright,
Lives a second life, a new delight.
My kid brother rides, a joyful sight,
Carrying on its legacy, shining light.

ODE TO BHARAT MATA

Submitted By: Sanvi.Shankar.Kasaraddi

❖ ❖ ❖

O mother draped in sacred soil,
your rivers sing, your forests toil.
from snow-capped peaks to ocean's shore
but each grain of you, I do adore

you bled but never bent your knee,
you wept but stayed forever free.
they came with chains, they came with lies,
but could not dim your endless skies.

you hold the cry of every child,
The warrior's oath, the sage so mild.
your breath is wind, your soul is flame,
your every child chants your name.

your soil bore the steps of kings,
your air still echoes freedom's wings.
and though the thief wore crown and steal,
you never bowed , you made them kneel.

WHISPERS OF UNKNOWN

Submitted By: Sanvi Mokashi

❖❖❖

I heard a voice within my heart–
it whispered I was eternal potential.
Those whispers were smooth,
yet strangely powerful;
I think it knows me.

Ironically, a voice rose from my soul too–
it whispered I was scarcity of eternity.
Those whispers were fragile,
yet torrential;
I think it scares me.

What was it? The whisper, or the loudness inside me?
It came from within, yet not from me.
The duality of me, that shatters me.
I love me... but why do I hate me?

MY DAUGHTER'S COIR BAG

Submitted By: Usha Jain

❖❖❖

So lovely and intricate
Till date is my mate
When you left for overseas
Your coir bag adorned with beads
This piece of art touches my heart
Interwoven and interwined
Unique and one of a kind
As you are in our life
Will never untangle
Sure it will remain dangled
On the pillar wall
In our old hall
Daily I pat and caress
With emotions suppressed.

A SIMPLE JACK?

Submitted By: Sai Ipshika S

❖❖❖

A hand that writes, a mind that draws
A heart that knows the depth between,
not bound by one, nor lost in none,
But sculpted by all the paths I had begun

I walk in silence, yet learn their rhyme
a mind that bends the hands of time
and with a mind that fosters creativity
O tell me, why is it viewed so negatively?

They say,The ones who case after two rabbits;
are left with nothing but their habits,
But what if I\'m a vegetarian, also a contrararian,
sharp and humanitarian?

Jack of all trades master of none,
but oftentimes better than the master of one
A path so divine, I claim it to be mine
O authoritarian, did you miss the last line?

DIVINE WILL

Submitted By: Sakshi Jha

❖❖❖

When did she come into season?
God put that manifestation in
your core for a reason.

I kept on asking, why always me?
God replied- ""I was making sure,
the triumph will find you on your knee(s).

God proclaims -
"Globe didn't see the nights, you prayed me"
But, they will praise the life, you create with me.

I said, ""there has been too much debate""
God declares- "Someone can snatch it from your hand,
not from your fate."

Gratitude to the divine, to write my story
And, to add this much glory.

A BROKEN CUP

Submitted By: Shivani Shivapur

❖❖❖

A broken cup.
It's useless, they say
But it was never my backup
I used it every day.
I remember everything,
That warm hug, during early spring.
When I held that mug and sat by the swing.
Always there by me,
So I tried to fix it. But now setting it free
Hurts more than I could ever admit.
Yet I know, I will need that space
For a new one, just in case
This time I have won,
And this one won't break
Until the day I am awake.

DELIGHTFUL SOUNDS OF NATURE

Submitted By: Ananya Metri

❖❖❖

Delightful sounds of nature,
Attract all the creatures.

Like the chirping sounds of birds,
Awakening nature with cheerful words.

Like the drops of rain,
Helping the farmers again.

Like the calm wind blowing,
Cheerfully and gently flowing.

Like the 'koo-koo' of the cuckoo,
Blessing every ear it comes through.

And helps the nature grow,
Heavenly, as the seasons flow.

Delightful sounds of nature,
Attract all the creatures,
By its magical powers.

OBSESSION

Submitted By: Ishaan Dhar

❖ ❖ ❖

I watch the sun set in her eyes
And lose track of time that flies
Her hair, as deep and dark as ink,
Sways with winds like strands of silk.
Her scent, a soft ballet in air,
Silently tempting, asking if I dare
To rush into her calm, sweet embrace,
To lose myself, and find my place.

I envy the sun, that lord of skies,
For the glimpses it steals from her gentle eyes.
Woe to the water that strokes her skin,
For any touch but mine is sin.
I call forth my gods to bear witness:
In poverty, in pain, in wealth or fitness,
My love is hers; here, there, always and forever.

ECHOES WRITTEN IN STARLIGHT

Submitted By: Srushti Prabhu

❖❖❖

We were never carved in stone,
nor written on silver pages of fame —
yet when the night lets out a sigh,
the stars still whisper our name.

They blink like secrets left untold,
soft echoes of a love once bold,
and though the world turned away,
the sky still keeps our yesterday.

Our laughter hums through constellations,
our silence falls with cosmic rain —
time may forget, but heaven remembers,
the stars still call our names.

And even when my voice grows dim,
and your shadow forgets my flame —
look up, my love —
the stars remember our names.

MY MOM

Submitted By: Tanay Amol Ginde

❖ ❖ ❖

You are my first teacher
You are my best friend .

You shout at wrong things
You motivate me in everything
You care of me .

You teach,shout,take care and also motivate
This is why you are my mom.

BUILDING BLOCKS

Submitted By: Rajlakshmi SN

❖ ❖ ❖

I like playing with building blocks,
Because they are fun.
Every morning I play with the blocks under the rising sun.

It enhances my spatial awareness,
I promise my mom not to make a mess!

There are many colors,
I feel they smell like flowers.
I put them back piece by piece,
So that my mom finally has her peace!

TALE OF THE LIGHTS

Submitted By: Chinmayi Adevara

❖❖❖

The night with a radiant sky;
With speckles of shooting sparkles
And swaying gilded lanterns .
A celebration of the perennial rite.
The resonating sounds of fireworks
And aureate filled with luminous wonder .
Array of earthen pots on the porch ,
And houses brimming with delicacies.
Beaming faces around the block ,
Firing rockets and hopping around .
A peaceful gathering of thy kinsfolk,
Adorned in charming chiffon drapes.
A busy thoroughfare of flower markets,
Temples and towns thronging people .
The legend of triumph of good over evil ;
Holy day for the rich and poor .
Celebrated as seasons come and go,
The auspicious festival of lights.

Rostrum

ROSTRUM
DIARIES

Festival Curator

Festival Sponsor

Sapna®
Since 1967
India's Largest Book Mall

Our Supporters

Indian
Poetry Society

Unveil the POET in you!
Indian
Poetry Festival

IWF
India Write Fest

rostrum
publications

You Write, We Publish.

We publish poetry collections and novels.

Email ID: rostrumdiaries@gmail.com

Follow us on Instagram:

www.instagram.com/rostrumdiaries

www.ingramcontent.com/pod-product-compliance
Lightning Source LLC
LaVergne TN
LVHW060427051026
849518LV00002B/352